Ku Biri Ng'ebyo Tewali Mateeka

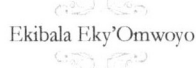

Ekibala Eky'Omwoyo

Ku Biri Ng'ebyo Tewali Mateeka

Dr. Jaerock Lee

Ku Biri Ng'ebyo Tewali Mateeka Kya Dr. Jaerock Lee
Kyafulumizibwa aba Urim Books (Abakulirwa: Sungnam Vin)
#73, Yeouidaebang-ro 22-gil, Dongjak Gu, Seoul, Korea
www.urimbooks.com

Obuyinza bwonna tubwesigaliza. Ekitabo kino oba ebitundu byakyo tebirina kufulumizibwa nate mu ngeri yonna, oba okuterekebwa mu ngeri yonna, oba okufulumizibwa mu kika kyonna ng'okwokyesaamu, okunaazaamu kkoppi, awatali lukusa okuva eri abaakafulumya..

Okujjako nga kiragiddwa, Ebyawandiikibwa byonna bisimbuddwa mu Ekitabo Ekitukuvu ekiyitibwa BAIBULI Ekyafulumizibwa aba KAMPALA THE BIBLE SICIETY OF UGANDA

Obwannanyini © 2020 bwa Dr. Jaerock Lee
ISBN: 979-11-263-0556-8 03230
Obwannannyini bw'okukavunula mu lungereza © 2014 ye Dr. Esther K. Chung. Ng'akkiriziddwa.

Kyasooka okufulumizibwa mu lulimi olu Korea aba Urim Books mu 2009

Kyasooka kufuluma mu mwezi gw'okuna omwaka gwa 2020

Tidligere udgivet på koreansk i 2009 af Urim Books i Seoul, Korea

Kyasunsulibwa Dr. Geumsun Vin
Kyalungiyizibwa ekitongole ekisunsuzi ekya Urim Books
Kyateekebwa mu kyapa ekitongole kya Prione Printing
Ayagala ebisingawo kwatagana ne: urimbook@hotmail.com

*"Naye ebibala by'Omwoyo kwe kwagala,
okusanyuka, emirembe, okugumiikiriza, ekisa, obulungi,
okukkiriza, obuwombeefu, okwegendereza,
ku biri ng'ebyo tewali mateeka."*

Abaggalatiya 5:22-23

Eby'omuwandiisi

Abakristaayo bafuna eddembe bwe bagenda babala ebibala eby'Omwoyo Omutukuvu, nga mu byo tewali mateeka.

Buli muntu yenna alina okugoberera amateeka ńebiragiro mu mbeera yonna gyabeeramu. Bwe bawulira nti amateeka gano galinga enjegere ezizibasiba, bajja kuzitoowererwa nókuba mu bulumi. Era olw'okuba bawulira omugugu ne basalawo okugobererwa okwegomba kwensi, eryo si ddembe. Nga bamaze okwetaba mu bintu ng'ebyo, bajja kusigaza kwenyumiriza mw'ebyo bye batuuseko, era ekinaavaamu bagwe mu kufa okw'olubeerera okubalindiridde.

Eddembe erya nnamaddala kwe kuteebwa okuva mu kufa okw'olubeerera nókuva mu maziga gonna, ennaku, nóbulumi. Era kwe kufuga embala eyasooka etuwa ebintu eby'ékika ekyo nókufuna amaanyi okubifuga. Katonda kwagala tayagala tubonebone mu ngeri yonna, era olw'ensonga eno Yawandiika mu Bayibuli engeri y'okweyagalira mu bulamu obutaggwaawo ne ddembe erya ddala.

Abazzi bemisango oba abo abaamenya amateeka g'eggwanga bajja kwerakikirra bwe balaba abasirikale ba poliisi. Naye abo abarambulira mu mateeka obulungi babeera tebalina kyakutya, wabula babeera basobola nókusaba poliisi ebayambe, era bawulira eddembe okubeera.

vii

Eby'omuwandiisi

nga bali kumpi ne poliisi.

Mu ngeri y'emu, abo abatambulira mu mazima tebatya kintu kyonna era beeyagalira mu ddembe erya nnamaddala, kubanga bakimanyi nti amateeka ga Katonda lye kkubo eri emikisa. Basobola okweyagalira mu ddembe nga bw'olaba galukwata bwe gawugira mu gayanja aganene n'empungu bwe zeeyagalira mu bbanga.

Amateeka ga Katonda okusinga gasobola okwawulibwamu engeri nnya. Ago agatulagira okukolanga, obutakolanga, okukuumanga, n'okusuula eri ebintu ebimu. Ennaku gye zigenda zeyongera, ensi gyekoma okuddugazibwa ekibi n'obubi, era olw'ensonga eno abantu bangi beeyongera okuwulira nti amateeka ga Katonda gafuuse omugugu era ne batagakuuma. Abantu ba Isiraeri mu biseera by'Endagaano Enkadde baabonaabona nnyo bwe bataakuuma Mateeka ga Musa.

Kale, Katonda yasindika Yesu eri ensi eno era n'ata buli omu okuva mu kikolimo ky'Amateeka. Yesu ataalina kibi kyonna yafa ku musaalaba, era buli oyo yenna amukkiriza asobola okulokolebwa okuyita mu kukkiriza. Abantu bwe bafuna ekirabo eky'Omwoyo Omutukuvu nga bakkiriza Yesu Kristo, bafuuka abaana ba Katonda, era basobola n'okubala ebibala eby'Omwoyo Omutukuvu nga balung'amizibwa Omwoyo Omutukuvu.

Omwoyo Omutukuvu bwajja mu mutima gwaffe, Atuyamba okutegeera ebintu bya Katonda eby'ebuziba n'okutambulira mu Kigambo kya Katonda. Eky'okulabirako, Bwe wabaawo omuntu gwe tutasobola kusonyiwa, Atujjukiza okusonyiwa n'okwagala kwa Mukama era n'atuyamba okusonyiwa omuntu oyo. Olwo nno, tusobola okweggyako amangu ddala obubi mu mutima gwaffe era ne tubusikiza obulungi n'okwagala. Mu ngeri eno, nga tubala ebibala eby'Omwoyo Omutukuvu okuyita mu kulung'amizibwa Omwoyo Omutukuvu, tetujja kweyagalira mu ddembe mu mazima kyokka, wabula n'okufuna okwagala okungi n'emikisa gya Katonda.

Okuyita mu kibala eky'Omwoyo, tusobola okwekebera ku wa wetutuuse mu kutukuzibwa era tutuse wa mu kusemberera namulondo ya Katonda, n'awa wetutuuse mu kuteekateeka omutima gwa Mukama nga ye mugole omusajja. Gye tukoma okubala ekibala eky'Omwoyo Omutukuvu, gye tujja okukoma okufuna ekifo ky'okubeeramu mu ggulu ekisingako obulungi n'okumasamasa. Ffe okusobola okuyingira mu Yerusaalemu Empya mu ggulu, tulina okubala ebibala byonna bulungi era mu bujjuvu, so si kibala kimu kimu.

Omulimu guno *Ku Biri Ng'ebyo Tewali Mateeka* gukuganya okutegeera amangu amakulu ag'omwoyo ag'ebibala omwenda eby'Omwoyo Omutukuvu n'eby'okulabirako. Wamu n'okwagala

Okw'omwoyo mu 1 Bakkolinso 13, n'ebisuubizo ebisangibwa mu Matayo 5, ebibala eby'Omwoyo Omutukuvu kapande akatulung'amya eri okukkiriza okutuufu. Bijja kutulung'amya okutuuka nga tutuuse gye tulina okubeera mu kukkiriza, Yerusaalemi Empya.

Nneebaza Geumsun Vin, akulira ekitongole ekisunsuzi ne baakola n'abo bonna, era nsaba mu linnya lya Mukama nti mu bwangu ojja kubala ebibala omwenda eby'Omwoyo Omutukuvu okuyita mu kitabo kino. Osobole okweyagalira mu ddembe erya nnamaddala era ofuuke omutuuze wa Yerusaalemi Ekiggya.

Jaerock Lee

Ennyanjula

Akapande ku lugendo lwaffe olw'okukkiriza eri Yerusaalemi Ekiggya mu Ggulu

Buli omu alina ebimumalawo bingi mu nsi eno gye tulimu kati. Bakola ne batuyana mu lugendo luno olw'okufuna ebintu n'okubyeyagaliramu. So nga ate waliwo abantu abamu abalina ebintu bye bagala okutuukako nga wadde ensi etambula bulala, Wabula n'abantu ab'ekika kino batera nnyo okwebuuza oba nga ddala batambulira mu bulamu obutuufu. Olwo nno basobola okwetunulamu, mu kiseera ekyo. Ne mu lugendo lwaffe olw'okukkiriza, tusobola okukula amangu era ne tuyita mu kkubo ery'okumpi eri obwakabaka obw'omu ggulu bwe twetunulamu nga tukozesa Ekigambo kya Katonda.

Essuula 1, 'Okubala Ekibala ky'Omwoyo', eyogera ku Mwoyo Omutukuvu oyo azuukiza omwoyo omufu, ogwafa olw'ekibi kya Adamu. Etubuulira nti tusobola okubala ebibala by'Omwoyo Omutukuvu mu bungi singa tuba tugoberedde okuyaayaana kw'Omwoyo Omutukuvu.

Essuula 2 'Okwagala' etubuulira ekibala ky'Omwoyo ekisooka,

'okwagala' kye kyogerako. Era etulaga okwagala okwayonooneka okuva Adamu lwe yagwa, era n'etuwa engeri z'okuteekateekamu okwagala okusanyusa Katonda.

Essuula 3, 'Okusanyuka' egamba nti essanyu kye kipimo ekikulu ekisookerwako kye tusobola okukozesa okukebera oba nga okukkiriza kwaffe kuli bulungi era ennyonyola ensonga lwaki tufiiriddwa essanyu ery'okwagala okwasooka. Etubuulira ku ngeri esatu ez'okubalamu ekibala eky'essanyu, kye tusobola okujjagulizaamu era ne tubeera basanyufu mu mbeera yonna.

Essuula 4 'Emirembe' egamba nti kikulu nnyo okumenyaamenya ebisenge by'ebibi okusobola okuba ne ddembe mu Katonda, nti era tulina okukuuma eddembe mu ffe n'eri buli omu. Era etuganya okutegeera obukulu bw'okwogera ebigambo eby'obulungi n'okweteeka mu bigere by'abantu abalala mu kugezaako okuleetawo eddembe.

Essuula 5 'Obugumiikiriza' ennyonyola nti okugumiikiriza okutuufu si kwe kufiira muli ekimugunyu wabula okugumiikiriza n'omutima omulungi ogutaliimu bubi, nti era, tujja kufuna emikisa egy'amaanyi bwe tunaabeera ne ddembe erya ddala. Era eyongera okulambulula ebika by'obugumiikiriza ebisatu: obugumiikiriza okusobola okukyusa omutima gw'omuntu; obugumiikiriza n'abantu; n'obugumiikira olw'okussa mu Katonda ekitiibwa.

Essuula 6 'Ekisa' etusomesa muntu wa kika ki abeera n'ekisa n'eky'okulabirako kya Mukama. Nga tutunuulira embala z'ekisa, era etubuulira enjawulo eriwo ku 'kwagala'. Ekisembayo, etulaga engeri y'okufunamu okwagala kwa Katonda n'emikisa.

Essuula 7 'Obulungi' etubuulira ku mutima ogw'obulungi n'eky'okulabirako kya Mukama oyo ataayomba wadde okuleekana; oba okumenya olumuli olukutamye oba okuzikiza enfunzi. Era ewa enjawulo eri wakati w'Obulungi n'ebibala ebirala tusobole okufuna ekibala ky'obulungi era tusobole okufulumya evvumbe eddungi eri Kristo.

Essuula 8 'Obwesigwa' etusomesa ku bika by'emikisa bye tufuna bwe tubeera abeesigwa mu byonna mu nnyumba ya

Katonda. N'eby'okulabirako bya Musa ne Yosefu, etuganya okutegeera ekika ky'omuntu azadde ekibala ky'obwesigwa.

Essuula 9 'Obuwombeefu' ennyonyola amakulu g'obukakkamu mu maaso ga Katonda era ennyonyola embala y'abo ababala ekibala ky'obukakkamu. Etulaga ennimiro za bika bina. kye tulina okukola okusobola okubala ekibala eky'obukakkamu. Era emaliriza etubuulira ku mikisa egiva mu bukakkamu.

Essuula 10 'Okwegendereza' eraga ensonga lwaki okwegendereza kunokolwayo ng'ekibala ekisembayo mu bibala omwenda eby'Omwoyo Omutukuvu saako obukulu bw'okwegendereza. Ekibala ky'okwegendereza kintu ekyetaagisa ennyo, era nga kye kireetawo okwegendereza mu bibala omunaana byonna eby'Omwoyo Omutukuvu.

Essuula 11, 'Ku Biri Ng'ebyo Tewali Mateeka' ye ssuula esembayo mu kitabo kino, ng'etuyamba okutegeera obukulu bw'okugoberera Omwoyo Omutukuvu, era ng'eyagaliza buli musomi mu bwangu ddala okufuuka abantu ab'omwoyo omuljjuvu olw'Omwoyo

Omutukuvu.

Tetuyinza kugamba nti tulina okukkiriza okw'amaanyi olw'okuba tubadde bakkiriza okumala ebbanga ddene oba olw'okuba tulina bingi bye tumanyi mu Bayibuli. Ekigero ky'okukkiriza kirabibwa okusinziira ku gyetukomye okukyusa emitima gyaffe okufuuka emitima egy'amazima ne gye tukomae okuteekateeka omutima gwa Mukama.

Nsubira nti abasomi bonna bajja kusobola okukebera okukkiriza kwabwe era babale ebibala eby'Omwoyo Omutukuvu omwenda mu bungi nga balung'amizibwa Omwoyo Omutukuvu.

Geumsun Vin,
Akulira Ekitongole Ekisunsuzi

Ebirimu
Ku Biri Ng'ebyo Tewali Mateeka

Eby'omuwandiisi · vii

Ennyanjula · xi

Essuula 1
Okubala Ekibala Eky'Omwoyo   1

Essuula 2
Okwagala   15

Essuula 3
Okusanyuka   31

Essuula 4
Emirembe   51

Essuula 5
Obugumiikiriza   73

Essuula 6
Ekisa   93

Essuula 7
Obulungi   111

Essuula 8
Obwesigwa   129

Essuula 9
Obuwombeefu   149

Essuula 10
Okwegendereza   173

Essuula 11
Ku Biri Ng'ebyo Tewali Mateeka   189

Abaggalatiya 5:16-21

"Naye njogera nti, Mutambulirenga mu Mwoyo, kale temuutuukirizenga kwegomba kwa mubiri. Kubanga omubiri gwegomba nga guwakana n'Omwoyo, n'Omwoyo nga guwakana n'omubiri, kubanga ebyo byolekanye, mulemenga okukola ebyo bye mwagala, naye bwe mulung'amizibwa Omwoyo nga temufugibwa mateeka. Naye ebikolwa by'omubiri bya lwatu. bye bino, obwenzi, empitambi, obukaba, okusinza ebifaananyi, okuloga, obulabe, okuyomba, obuggya, obusungu, empaka, okweyawula, okwesalamu, ettimu, obutamiivu, ebinyumu, n'ebiri ng'ebyo. nsooka okubabuulira ku ebyo, nga bye nnasooka okubabuulira, nti bali abakola ebiri ng'ebyo tebalisikira bwakabaka bwa Katonda."

Essuula 1

Okubala Ekibala Eky'Omwoyo

Omwoyo Omutukuvu guzuukiza omwoyo Omufu

Okubala Ekibala Eky'Omwoyo

Okuyaayaana kw'Omwoyo Omutukuvu n'Okuyaayaana kw'Omubiri

Katuleme kukoowa kukola bulungi

Okubala Ekibala Eky'Omwoyo

Abavuzi b'emmotoka bwe bavugira ku luguudo olutereevu obulungi bawulira bulungi n'okunyumirwa. Naye bwe babeera bavugirako omulundi gwabwe ogusooka, bajja kubeera beegendereza, era nga bali bulindaala. Naye singa balina akuuma akabalagirira mu mmotoka akayitibwa GPS? Basobola okuba n'obubaka obujjuvu ku luguudo olwo n'okulung'amizibwa obulungi, kale basobola okutuuka gye balaga nga tebabuze.

N'olugendo lwaffe olw'okukkiriza olututwala eri obwakabaka obw'omu ggulu bwe lutyo bwe luli. Eri abo abakkiririza mu Katonda era ne batambulira mu Kigambo Kye, Omwoyo Omutukuvu abakuuma era n'abalung'amya nga bukyali ne basobola okwewala emisanvu mingi n'obuzibu mu bulamu. Omwoyo Omutukuvu atulung'amya okututwala eri ekkubo ery'okumpi era erisinga obwangu eritutuusa gye tulaga, nga bwe bwakabaka obw'omu ggulu.

Omwoyo Omutukuvu guzuukiza omwoyo Omufu

Omuntu eyasooka, Adamu, yali omwoyo omulamu Katonda weyamutondera era n'amufuuwamu omukka ogw'obulamu mu nnyindo ze. 'omukka ogw'obulamu' ge 'maanyi'agali mu kitangaala ekyasooka' era nga gaatuusibwa ne ku zzadde lya Adamu bwe baali nga bakyabeera mu Lusuku Adeni.

Wabula wadde guli gutyo, Adamu ne Kaawa bwe baakola ekibi ky'obujeemu era ne bagobebwa okujja ku nsi kuno, ebintu tebyasigala kye kimu. Katonda yaggya ku Adamu ne Kaawa omukka ogw'obulamu ogusinga obungi, nabalekeramu katono ddala, era ng'eno ye 'nsigo ey'obulamu'. Era ng'ensigo eno ey'obulamu tesobola kuva ku Adam ne Kaawe okudda ku baana baabwe.

Kale, omwana ali mu lubuto bwaweza emyezi omukaaga, Katonda ateeka ensigo ey'obulamu mu mwoyo gw'omwana era n'agisimba wakati mu katafaali akali mu mutima, nga kye kitundu ekya wakati mu muntu. Mw'abo abatannakkiriza Yesu Kristo, ensigo ey'obulamu esigala nga tekola nga bw'olaba ensigo ebikiddwako ekikuta ekigumu. Tugamba nti omwoyo mufu singa ensigo ey'obulamu ebeera tekola. Kasita omwoyo guba nga gukyali mufu, omuntu abeera tasobola kufuna obulamu obutaggwawo oba okugenda mu bwakabaka obw'omu ggulu.

Okuva Adamu lwe yagwa, abantu bonna baalina okufa. Bbo okusobola okufuna obulamu obutaggwawo nate, balina okusonyiyibwa ebibi byabwe, nga yensibuko y'okufa, era emyoyo gyabwe emifu girina okuzuukizibwa. Olw'ensonga eno Katonda kwagala Yasindika omwana We omu yekka eri ensi eno ng'omutango era n'aggulawo ekkubo ery'obulokozi. Kwe kugamba, Yesu yeetika ebibi by'abantu bonna n'afa ku musaalaba okuzuukiza emyoyo gyaffe egifudde. Yafuuka ekkubo, amazima, n'obulamu eri abantu bonna okusobola okufuna obulamu obutaggwawo.

N'olwekyo, bwe tukkiriza Yesu Kristo ng'omulokozi waffe, ebibi byaffe bisonyiyibwa; tufuuka abaana ba Katonda era ne tufuna ekirabo ky'Omwoyo Omutukuvu. N'amaanyi ag'Omwoyo Omutukuvu, ensigo ey'obulamu, ebadde tekola olw'okuba ebadde ebikkiddwa ekikuta ekigumu, ezuukuka n'efuuka ekola. Wano omwoyo omufu weguzuukirira. Ekikwata ku kino Yokaana 3:6 agamba, "...*Ekizaalibwa omubiri kiba mubiri, n'ekizaalibwa*

Omwoyo kiba mwoyo." Ensigo emeze esobola okukula singa efukirirwa amazzi n'omusana. Mu ngeri y'emu, ensigo ey'obulamu erina okufukirirwa amazzi ag'obulamu n'ekitangaala esobole okukula oluvanyuma lw'okumera. Kwe kugamba, omwoyo gwaffe okusobola okukula, tulina okuyiga Ekigambo kya Katonda, nga ge mazzi ag'omwoyo, era tulina okutambulira mu Kigambo kya Katonda, nga kye kitangaala eky'omwoyo.

Omwoyo Omutukuvu oyo azze mu mitima gyaffe atuganya okumanya ebibi, obutuukirivu, n'okusalawo okutuufu. Atuyamba okweggyako ebibi n'obujeemu era n'atuyamba okutambulira mu butuukirivu. Atuwa amaanyi tusobole okulowooza, okwogera, n'okweyisa mu mazima. Era atuyamba okutambulira mu bulamu obw'okukkiriza okuba n'okukkiriza saako essuubi eri obwakabaka obw'omu ggulu, kale omwoyo waffe asobola okukula obulungi ennyo. Kankuwe eky'okulabirako osobole okukitegeera obulungi.

Katugambe waaliwo omwana eyakulira mu maka amasanyufu. Olunaku lumu n'agenda waggulu ku lusozi era n'aba ng'atunuulira enkula y'ebintu ennungi, N'aleekana, "Yahoo!" Kyokka, ne wabaawo omuntu amuddamu nga bwayogeredde ddala nti, "Yahoo!" Neyeewuunya, omulenzi oyo n'abuuza, "Gwe ani?" n'oli n'amuddamu kye kimu. Omulenzi n'anyiigira omuntu oyo olw'okumuyeeyeereza, era n'agamba, "Onoonyaako lutalo?" era ebigambo bye bimu ne bimuddamu. Awo n'awulira nti waliwo amutunuulira era n'atandika okutya.

N'ava ku lusozi emisinde n'adduka eri nnyina n'abimugamba. N'ayogera nti, "Maama, ku lusozi eyo eriyo omuntu omubi." Wabula nnyina n'amuddamu nga bw'amwenya, "Naye nze ndowooza omulenzi oyo mu lusozi mulenzi mulungi, asobola okubeera mukwano gwo. Lwaki toddayo enkya ku lusozi era ogambe nti nsonyiwa?" Ku makya omulenzi n'addayo ku lusozi waggulu era n'aleekaanira waggulu nti, "Nsonyiwa olw'ekyabaddewo jjo! Nsaba ofuuke mukwano gwange?" Era okuddamu kwe kumu kwe kukomawo.

Maama aganya omwana we omuto okutegeera kiki ekyaliwo ku lulwe. Era n'Omwoyo Omutukuvu atuyamba mu lugendo lwaffe olw'okukkiriza nga bw'olaba maama omuwombeefu.

Okubala Ekibala Eky'Omwoyo

Ensigo bw'esimbibwa, emera, n'ekula, era n'emulisa, era bw'emulisa waliwo ekivaamu, nga kye kibala. Mu ngeri y'emu, ensigo ey'obulamu mu ffe eyasimbibwa Katonda bw'emulisa okuyita mu Mwoyo Omutukuvu, ekula era n'ebala ebibala eby'Omwoyo Omutukuvu. Wabula, si buli omu afunye Omwoyo Omutukuvu nti ajja kubala ebibala eby'Omwoyo Omutukuvu. Tusobola okubala ekibala eky'Omwoyo singa tugoberedde okulung'amizibwa kw'Omwoyo Omutukuvu.

Omwoyo Omutukuvu asobola okufaananyizibwa ku maanyi ga jenereeta. Amasanyalaze gajja kujja singa jenereeta eteekebwako n'etandika okutokota. Singa jenereeta eno eyungiddwa ku ttaala era n'ereeta ekitangaala, ettaala ejja kwakayakana. Bwe wabaawo ekitangaala, ekizikiza kivaawo. Bwatyo n'Omwoyo Omutukuvu bw'akola mu ffe, ekizikiza mu ffe kivaawo kubanga ekitangaala kiba kizze mu mutima gwaffe. Olwo nno tusobola okubala ebibala eby'omwoyo Omutukuvu.

Kyokka, waliwo ekintu ekikulu kye tulina okwekennenya wano. Ettaala okusobola okwaka, okugikwataganya ne jenereeta kyokka tekimala. Omuntu ateekwa okuteekako jenereeta n'etandika okutokota. Katonda atuwadde jenereeta eyitibwa Omwoyo Omutukuvu, era kiri gye tuli okugiteekako, nga ye Mwoyo Omutukuvu.

Ffe okusobola okuteekako jenereeta ey'Omwoyo Omutukuvu, tulina okubeera obulindaala era tunyiikire okusaba. Era tulina n'okugondera okulung'amizibwa kw'Omwoyo Omutukuvu okugoberera amazima. Bwe tugoberera okulung'amizibwa n'okulumizibwa kw'Omwoyo Omutukuvu, olwo tuba tusobola okugoberera okuyaayaana kw'Omwoyo Omutukuvu. Tujja kuba tujjudde Omwoyo Omutukuvu singa tugoberera n'obwegendereza okuyaayaana kw'Omwoyo Omutukuvu, era mu kukola ekyo, emitima gyaffe gijja kukyusibwa n'amazima. Tujja kubala ebibala eby'Omwoyo Omutukuvu nge bwe tufuna obujjuvu bw'Omwoyo Omutukuvu.

Bwe tweggyako embala y'ekibi yonna okuva mu mitima gyaffe era ne tuteekateeka omutima ogw'omwoyo nga tuyambibwako Omwoyo Omutukuvu, ebibala eby'Omwoyo Omutukuvu bitandika okutondebwa. Naye nga ebibala wadde nga biri ku ttabi limu bwe bitengerera kumu era nga tebyenkana ne mu bunene, ebibala ebimu eby'Omwoyo Omutukuvu bisobola okuba nga byengedde bulungi, so nga ebibala eby'Omwoyo Omutukuvu tebinaba. Omuntu ayinza okuba nga abaze ekibala eky'okwagala mu bungi so nga ekibala kye eky'okwegendereza tekinnayengera bulungi. Oba, ekibala ekimu eky'obwesigwa nga kyengedde bulungi kyokka nga ekibala kye eky'obuwombeefu tekinnaba.

Wabula wadde guli gutyo, ekiseera bwe kigenda kiyitawo, buli kibala kiba kijja kwengera mu bujjuvu, era ekirimba kyonna kijja kubeera kijjudde ebibala ebinene, ebiboosedde obulungi. Mu ngeri y'emu, bwe tubala ebibala byonna eby'Omwoyo Omutukuvu mu bujjuvu, kitegeeza nti tufuuse omuntu ow'omwoyo omujjuvu, oyo Katonda gw'ayaayaanira ennyo okufuna. Abantu ab'ekika kino bajja kuvaamu akawoowo ka Kristo mu buli mbeera yonna ey'obulamu bwabwe. Bajja kuwulira bulungi nnyo eddoboozi ery'Omwoyo Omutukuvu era boolese amaanyi g'Omwoyo Omutukuvu okuweesa Katonda ekitiibwa. Olw'okuba bafaananira ddala Katonda, bajja kuweebwa ebisaanyizo okuyingira Yerusaalemi Empya, eyo eri namulondo ya Katonda.

Okuyaayaana kw'Omwoyo Omutukuvu n'Okuyaayaana kw'Omubiri

Bwe tugezaako okugoberera okuyaayaana kw'Omwoyo Omutukuvu, waliwo okuyaayaana okulala okwo okututawaanya. Kwe kuyaayaana kw'omubiri. Okuyaayaana kw'omubiri kugoberera agatali mazima, nga kukontana n'ekigambo kya Katonda. Kutuleetera okutwalirizibwa ebintu nga okwegomba kw'omubiri, okwegomba kw'amaaso, n'amalala g'ensi agataliimu. Era kutuganya n'okwonoona, okutambulira mu butali butuukirivu n'obujeemu.

Gye buvuddeko, omusajja yajja gyendi ng'ayagala musabire alekere awo okulaba firimu z'obuseegu. Yagamba nti, bwe yali yakatandika okulaba firimu ezo, tekwali kuzinyumirwa wabula okutegeera ebintu ng'ebyo bwe bikosa abantu. Naye bwe yagiraba ogusooka, n'abeera ng'ajjukira ebyo bye yalabye era n'aba ng'ayagala okuddamu okugiraba. Naye nga munda mu ye, Omwoyo Omutukuvu yali amugaana okukikola, era n'aba nga muli tateredde.

Mu mbeera ng'eno, omutima gwe gwali teguteredde okuyita mu kuyaayaana kw'amaaso, kwe kugamba nti ebintu bye yalaba ne bye yawulira okuyita mu maaso ge n'amaru. Bwe tuteesalako kwegomba kwa mubiri kuno wabula ne tubeera nga tukukkiriza, tujja kutandika okweyongera okwagala okukola ebintu ebitali by'amazima n'ogw'okubiri, ogw'okusatu n'ogw'okuna, era ekinaavaamu emirundi gijja kugenda gyeyongera.

Olw'ensonga eno Abaggalatiya 5:16-18 wagamba, *"Naye njogera nti, Mutambulirenga mu Mwoyo, kale temuutuukirizenga kwegomba kwa mubiri. Kubanga omubiri gwegomba nga guwakana n'Omwoyo, n'Omwoyo nga guwakana n'omubiri, kubanga ebyo byolekanye, mulemenga okukola ebyo bye mwagala, naye bwe mulung'amizibwa Omwoyo nga temufugibwa mateeka."*

Ku ludda olumu, bwe tugoberera okuyaayaana kw'Omwoyo Omutukuvu, tubeera ne ddembe mu mutima gwaffe era tujja kubeera basanyufu kubanga Omwoyo Omtukuvu asanyuka. Ku ludda olulala, bwe tugoberera okwegomba kw'omubiri, emitima gyaffe gijja kubeera tegiteredde kubanga Omwoyo Omutukuvu asinda mu ffe. Era, tujja kufiirwa obujjuvu bw'Omwoyo, kale kyeyongere okubeera ekizibu okugoberera okuyaayaana kw'Omwoyo Omutukuvu.

Pawulo kino yakyogerako mu Baruumi 7:22-24 ng'agamba, *"Kubanga nsanyukira amateeka ga Katonda mu muntu* ow'omunda, naye ndaba etteeka eddala mu bitundu byange nga lirwana n'etteeka ly'amagezi gange, era nga lindeeta mu bufuge wansi w'etteeka ly'ekibi eriri mu bitundu byange, Nze nga ndi muntu munaku! ani alindokola mu mubiri ogw'okufa kuno?" Bwe tugoberera okuyaayaana kw'Omwoyo Omutukuvu oba okuyaayaana kw'omubiri, tujja kufuuka abaana ba Katonda abaalokolebwa oba abaana ab'ekizikiza abo abakwata ekkubo ery'okuzikirira. Abaggalatiya 6:8 wagamba, *"Kubanga asigira omubiri gwe ye, alikungula mu mubiri okuvunda, naye asigira Omwoyo, alikungula mu Mwoyo obulamu obutaggwaawo."* Bwe tugoberera okuyaayaana kw'omubiri, tujja kuba tukola mirimu gya mubiri gyokka, nga bye bibi n'obujeemu, era ekinaavaamu tetujja kuyingira bwakabaka obw'omu ggulu (Abaggalatiya 5:19-21). Naye bwe tugoberera okuyaayaana kw'Omwoyo Omutukuvu, tujja kubala ebibala omwenda eby'Omwoyo Omutukuvu (Abaggalatiya 5:22-23).

Katuleme kukoowa kukola bulungi

Tubala ekibala eky'Omwoyo era ne tufuuka abaana ba Katonda abatuufu gye tukoma okutambulira mu kukkiriza, nga tugoberera Omwoyo Omutukuvu. Wabula mu mutima gw'omuntu, mulimu omutima ogw'amazima n'omutima ogutali gwa mazima. Omutima ogw'amazima gutulung'amya okugoberera okuyaayaana kw'Omwoyo Omutukuvu n'okutambulira mu Kigambo kya Katonda. Omutima ogutali gwa mazima gutuleetera okugoberera okuyaayaana kw'omubiri era ne tutambulira mu kizikiza.

Eky'okulabirako, okukuuma olunaku lwa Mukama nga lutukuvu lye limu ku mateeka ga Katonda ekkumi abaana ba Katonda ge balina okugondera. Naye omukkiriza alina edduuka era ng'alina n'okukkiriza okunafu asobola okuba n'okukubagana empawa mu mutima gwe ng'alowooza nti ajja kufiirwa amagoba bw'anaggalawo edduuka lye ku lunaku lwa ssabbiiti. Wano, okuyaayaana kw'omubiri kujja kumuleetera okulowooza, 'Yii yii okuggalawo edduuka buli wiiki? Oba, ye bweng'endanga mu kusaba kw'oku makya mukyala wange najja mu kuddako wasobole okubaawo asigala mu dduuka?' Naye okuyaayaana kw'Omwoyo Omutukuvu kuba kujja kumuyamba okugondera Ekigambo kya Katonda nga kimuwa okutegeera nga kuno, "Bwe nkuuma olunaku lwa Mukama nga lutukuvu, Katonda ajja kumpa amagoba okusinga nga nziguddewo edduuka ku lunaku olwa ssabbiiti."

Omwoyo Omutukuvu atuyamba mu bunafu bwaffe era ne yeegayirira ku lwaffe ng'asinda nnyo nnyo olw'ebigambo (Abaruumi 8:26). Bwe tutambulira mu mazima nga tugoberera obuyambi buno obw'Omwoyo Omutukuvu, tujja kubeera ne ddembe mu mitima gyaffe, era okukkiriza kwaffe kujja kukula buli lukya.

Ekigambo kya Katonda ekyawandiikibwa mu Bayibuli ge mazima agatakyukakyuka; bwe bulungi bwe nnyini. Kiwa abaana ba Katonda obulamu obutaggwaawo, era kye kitangaala ekibalung'amya okweyagalira mu ssanyu ery'olubeerera n'okujaguza. Abaana ba Katonda abalung'amizibwa Omwoyo Omutukuvu balina okukomerera omubiri wamu n'okuyaayaana kwabwe. Balina n'okugoberera okuyaayaana kw'Omwoyo Omutukuvu okusinziira ku Kigambo kya Katonda era nga tebakoowa kukola bulungi.

Matayo 12:35 wagamba, *"Omuntu omulungi ebirungi abiggya mu tterekero lye eddungi, n'omuntu omubi ebibi abiggya mu tterekero lye ebbi."* Kale, tulina okweggyako obubi okuva mu mutima gwaffe nga tunyiikira okusaba n'okubeera nga tuweza emirimu emirungi.

Ne mu Baggalatiya 5:13-15 wagamba, *"Kubanga mmwe, ab'oluganda, mwayitibwa lwa ddembe, naye eddembe lya mmwe liremenga okubeera omubiri kwe guyima, naye olw'okwagala muweerezaganenga mwekka na mwekka. Kubanga amateeka gonna gatuukirira mu kigambo kimu, mu kino nti 'Oyagalanga muntu munno nga bwe weeyagala wekka.' Naye bwe mulumagana, bwe mulyang'ana, mwegenderezenga mulemenga okwemalawo mwekka na mwekka,"* ne Abaggalatiya 6:1-2 wasoma nti, *"Ab'oluganda, omuntu bw'alabibwanga ng'ayonoonye, mmwe ab'omwoyo mumulongoosenga ali bwatyo mu mwoyo gw'obuwombeefu, nga weekuuma wekka naawe olemenga okukemebwa, Mubeeraganenga emigugu mwekka na mwekka, mutuukirizenga bwe mutyo etteeka lya Kristo."*

Bwe tugoberera Ebigambo bya Katonda ng'ebyo ebiri waggulu, tusobola okubala ekibala eky'Owmoyo mu bungi era tufuuka abaana ab'omwoyo n'Omwoyo omujjuvu. Olwo nno, tujja kufuna buli kimu kye tusaba mu ssaala yaffe era tuyingire Yerusaalemi Empya mu bwakabaka obw'omu ggulu obw'olubeerera.

1 Yokaana 4:7-8

"Abaagalwa, twagalanenga, kubanga okwagala kuva eri Katonda, na buli muntu yenna ayagala yazaalibwa Katonda era ategeera Katonda. Atayagala tategeera Katonda, kubanga Katonda kwagala."

Essuula 2

Okwagala

Eddaala Erisingirayo Ddala ery'okwagala okw'omwoyo
Okwagala okw'omubiri kukyuka bwe wayitawo ekiseera
Okwagala okw'omwoyo kuwaayo obulamu bw'omuntu bwe nnyini
Okwagala okutuufu eri Katonda
Okusobola okubala ekibala eky'okwagala

Okwagala

Okwagala kw'amaanyi nnyo okusinga abantu bwe balowooza. N'amaanyi g'okwagala, tusobola okutaasa abantu abo Katonda be yavaako era nga bakutte ekkubo ery'okuzikirira. Okwagala kubawa amaanyi amaggya n'okuzzibwamu amaanyi. Bwe tubikka ku nsobi z'abantu abalala n'amaanyi g'okwagala, enkyukakyuka ezeewunyisa zijja kutuukawo era emikisa egy'amaanyi gijja kugabibwa, kubanga Katonda akolera mu bulungi, okwagala, amazima, n'obwenkanya.

Waliwo abantu abaakola okunoonyereza ku bayiza 200, abaali mu bifo ebyavu mu kibuga Baltimore. Abanoonyereza baalaga nti abayizi bano baalina omukisa omutono nnyo okubeera obulungi nga ne ssuubi bwe lityo. Kyokka ne bakola okunoonyereza okulala ku bayizi be bamu nga wayise emyaka 25, era bye baazuula byali byewuunyisa. Abantu 176 ku bayiza 200 babeera bulungi nga abamu bannamateeka, abalala basawo, ababuulizi, abalala nga bakozi ba bizinensi. Era abanoonyereza babuuza buli omu engeri gye yatuukamu waali okuvunuka embeera etaali nnungi gye baalimu, era bonna baayogeranga erinnya ly'omusomesa omu. Omusomesa ono yabuuzibwa engeri gyasobola okuleetawo enkyukakyuka eyeewunyisa bwetyo n'agamba nti, "Nnabaagala, era baali bakimanyi."

Olwo, okwagala kye ki, ekibala ekisooka ku bibala omwenda eby'Omwoyo Omutukuvu?

Eddaala Erisingirayo Ddala ery'okwagala okw'omwoyo

Okutwaliza awamu okwagala kusobola okwawulwamu okwo okw'omubiri n'okwagala okw'omwoyo. Okwagala okw'omubiri kunoonya byakwo. Kwagala okutalina makulu okujja okukyuka buli lwe wayitawo obudde. So nga okwagala okwomwoyo, kunoonya bya balala era tekulikyuka mu mbeera zonna. 1 Abakkolinso 13 ennyonnyola okwagala okw'ekika kino mu bujjuvu.

"Okwagala kugumiikiriza, kulina ekisa, okwagala tekwekulumbaza, tekwegulumiza, tekukola bitasaana, tekunoonya byakwo, tekunyiiga, tekusiba bubi ku mwoyo, tekusanyukira bitali bya butuukirivu, naye kusanyukira wamu n'amazima; kugumiikiriza byonna, kukkiriza byonna, kusuubira byonna, kuzibiikiriza byonna" (olu. 4-7).

Olwo, ekibala ky'okwagala okusangibwa mu Baggalatiya 5 n'okwagala okw'omwoyo mu 1 Bakkolinso 13 byawukana bitya? Okwagala ng'ekibala eky'omwoyo Omutukuvu kubaamu okwagala okwefiiriza nga mu kwo omuntu asobola n'okuwaayo obulamu bwe ye. Kwe kwagala okuli ku ddaala erya waggulu okusinga ku kwagala okwogerwako mu 1 Bakkolinso 13. Kwe kwagala okuli ku ddaala erisingirayo ddala.

Bwe tubala ekibala ky'okwagala era nga tusobola okuwaayo obulamu bwaffe ku lw'abalala, olwo tusobla okwagala ekintu kyonna oba omuntu yenna. Katonda yatwagala na buli kintu kyonna era ne Mukama n'atwagala n'obulamu Bwe bwonna. Bwe tuba n'okwagala kuno mu ffe, tusobola okuwaayo obulamu bwaffe ku lwa Katonda, obwakabaka Bwe, n'obutuukirivu Bwe. Era, olw'okuba twagala Katonda, naffe tusobola okubeera n'okwagala okuli ku ddala erisingirayo ddala okw'okuwaayo obulamu bwaffe si ku lw'abaganda baffe wabula n'eri abalabe baffe abatatwagala.

1 Yokaana 4:20-21 wagamba, *"omuntu bw'ayogera nti, 'Njagala Katonda, n'akyawa muganda we, mulimba, kubanga atayagala muganda we gwe yali alabyeko, Katonda gw'atalabangako tayinza kumwagala. Era tulina ekiragiro kino ekyava gyali, ayagala Katonda ayagalenga ne muganda we."* N'olwekyo, Bwe twagala Katonda, tujja kwagala buli omu. Bwe tugamba nti twagala Katonda kyokka nga tulina gwe tutayagala, tubeera tulimba.

Okwagala okw'omubiri kukyuka bwe wayitawo ekiseera

Katonda bwe yatonda omuntu eyasooka, Adamu, Katonda yamwagala n'okwagala okw'omwoyo. Yakola olusuku olulungi ennyo ku ludda lw'ebuvanjuba, e Adeni era n'amutwala okubeerayo awatali kye yabulwanga. Katonda yatambula naye. Katonda teyamuwa Lusuku Adeni lwokka, nga kye kyali ekifo ekisingayo obulungi okubeeramu, wabula n'obuyinza okufuga buli kintu kyonna ekiri ku nsi.

Katonda yawa Adamu okwagala okw'omwoyo okujjuvu ennyo. Naye, Adamu teyasobola kuwulira kwagala kwa Katonda. Adamu yali talabangako bukyayi wadde okwagala okw'omubiri okukyukakyuka, kale teyategeera muwendo guli mu kwagala kwa Katonda. Nga wayise ekiseera kiwanvu, Adamu yakemebwa okuyita mu musota era n'ajeemera Ekigambo kya Katonda. Yalya ekibala Katonda kye yali yabagaana (Olubereberye 2:17; 3:1-6). Era ekyavaamu, ekibi ky'ajja mu mutima gwa Adamu, era n'afuuka omuntu ow'omubiri eyali takyasobola kuwuliziganya ne Katonda. Katonda yali tasobola kumuganya kubeera mu Lusuku Adeni nate, era yagobebwa n'ajja wano ku nsi. Nga bayita mu kuteekebwateekebwa kw'abantu (Olubereberye 3:23), abantu bonna, nga lye zzade lya Adam, baategeera era ne bamanya enjawulo eriwo bwe baayita mw'ebyo ebyali bikontana n'okwagala kwe baalimu mu Lusuku Adeni, ebintu nga obukyayi, ensaalwa, obulumi, ennaku, obulwadde n'obuvune. Kyokka ng'eno bwe beeyongera okwesamba okwagala okw'omwoyo. Emitima gyabwe bwe gyayonooneka ne gifuuka emitima egy'omubiri olw'ekibi, okwagala kwabwe ne kufuuka okwagala okw'omubiri.

Ekiseera kinene ekiyiseewo okuva Adamu lwe yagwa, era olwaleero, kizibu ddala okusisinkana okwagala okw'omwoyo mu nsi eno. Abantu balaga okwagala kwabwe mu ngeri za njawulo, naye nga okwagala kwabwe kwa mubiri okukyukakyuka bwe wayitawo ekiseera. Bwe wayitawo ekiseera era ne mbeera n'ezikyuka, bakyusa endowooza zaabwe era ne balya olukwe mu bagalwa baabwe nga bagoberera ebyabwe. Bagaba olw'okuba gwe bagabira alina kye yabawa, oba nga bwe bagaba balina kye bajja okufunamu. Bw'oba nga oyagala kufuna nga bw'ogaba, oba bw'owulira bubi kubanga abantu tebakuwa nga bw'obawa, nakwo kuba kwagala okw'omubiri.

Omusajja n'omukazi bwe babeera bakyayogereza, basobola

okugambagana nti 'bajja kwagalana olubeerera' nti era 'tebasobola kubeerawo omu watali'. Wabula, ebiseera ebisinga bakyuka bwe bafumbiriganwa. Ekiseera bwe kigenda kiyitawo, batandika okubaako bye balaba nga tebabyagala ku baagalwa baabwe. So nga mu kusooka, buli kimu ku bo kyabalabikiranga bulungi era nga bagezaako okusanyusa munne mu ngeri zonna, wabula kati babeera tebakyayinza kukikola. Beemulugunya oba ne beekalubiriza. Basobola n'okunyiiga gwe bagala bwaba tayagala kye bagala. Emirembe egiyise okunoba kwali tekuwulirwa, naye kati okwawukana kwangu nnyo era ng'oluvannyuma lw'okwawukana kiri nga nti bangi baddamu okufumbirwa n'okuwasa. So ng'ate bagamba buli gwe babeera naye essaawa eyo nti okwagala kwabwe kwa ddala. Okwagala okw'omubiri kwe nnyini.

Okwagala wakati w'abazadde n'abaana n'akwo tekwawukana nnyo. Kale kituufu abazadde abamu bayinza n'okuwaayo obulamu bwabwe ku lw'abaana baabwe, naye ne bwe kiba bwe kityo, okwagala kwabwe si kwagala kwa mwoyo bwe bagaba okwagala okw'ekika ekyo eri abaana baabwe bokka. Bwe tuba n'okwagala okw'omwoyo, tetulina kukuwa baana baffe bokka wabula n'eri buli muntu. Naye ensi gyekoma okweyongeramu obubi, kizibu okusanga abazadde abayinza okuwaayo obulamu bwabwe ku lw'abaana baabwe bennyini. Abazadde bangi n'abaana babeera beekuuba olw'eby'enfuna oba olw'okuba baawukana mu ndowooza.

Ye ate okwagala wakati w'ab'oluganda oba emikwano? Ab'oluganda basobola okukyawagana olw'eby'enfuna. Kino era kibaawo nnyo ne mu mikwano. Baagalana ebintu bwe biba bitambula bulungi era nga bakwatagana. Naye okwagala kwabwe kusobola okukyuka essaawa yonna ebintu bwe bikyuka. Era, ebiseera ebisinga obungi, abantu bagala nnyo okufuna nga bwe bagabye. Bwe babeera bakyayagala omuntu, basobola okugaba nga tebalina kye basuubirayo. Naye okwagala bwe kugenda kuwola, batandika okwejjusa kubanga baagaba kyokka ne watabaawo kye bafuna. Kitegeeza, nti ekya kibakozesa, baaliko kye bagala okufunamu. Okwagala okw'ekika kino kwagala okw'omubiri.

Okwagala okw'omwoyo kuwaayo obulamu bw'omuntu bwe nnyini

Abantu bayinza okukwatibwako ennyo singa omuntu awaayo obulamu bwe ku lw'omuntu omulala gw'ayagala. Naye, bwe tumanya nti tugenda kuwaayo obulamu bwaffe ku lw'omuntu kitubeerera kizibu okwagala omuntu oyo. Mu ngeri eno okwagala kw'omuntu kuliko ekkomo.

Waaliwo kabaka eyalina omwana we omulenzi eyeeyagaza. Mu bwakabaka bwe, mwalimu omutemu omubi ennyo eyasalirwa ogw'okufa. Engeri yokka ey'omuzigu oyo okuwona okufa kwe kuvaayo omuntu n'afa mu kifo kye. Mu mbeera eno, kabaka ono asobola okuwaayo omwana we atalina musango okufa mu kifo ky'omutemu ono? Ekintu ekye kika ekyo tekibangawo mu byafaayo by'omuntu. Naye Katonda Omutonzi, atasobola kugeraageranyizibwa ne kabaka yenna ow'oku nsi, yawaayo omwana We omu yekka. Bwatyo bwatwagala ennyo (Abaruumi 5:8).

Olw'ekibi kya Adamu, abantu bonna baali baakufa okusasula empeera y'ekibi. Okusobola okulokola abantu era basobole okugenda mu Ggulu, ekizibu kyabwe eky'ebibi kyalina okugonjoolwa. Okusobola okugonjoola ekizibu kino eky'ebibi ekyali kiyimiridde wakati wa Katonda n'abantu, Katonda yasindika omwana We omu yekka Yesu okusasula omutango olw'ebibi byaffe. Abaggalatiya 3:13 wagamba, *"Akolimiddwa buli awanikiddwa ku muti."* Yesu yawanikibwa ku muti ogw'ekibaawo okutununula mu kikolimo ky'etteeka erigamba nti, *"Empeera y'ekibi kwe kufa"* (Abaruumi 6:23). Era, olw'okuba teri kusonyiyibwa awatali kuyiwa musaayi (Abaebbulaniya 9:22), Yayiwa omusaayi Gwe gwonna n'amazzi Ge gonna. Yesu yatwala ekibonerezo ekyali ekya ffe, era buli oyo yenna amukkiriza asobola okusonyiyibwa ebibi bye era n'afuna obulamu obutaggwaawo.

Katonda yamanya nti ab'onoonyi baali baakudduulira, okuyigganya era bamale bakomerere Yesu, nga ye Mwana wa Katonda. Wabula wadde guli gutyo, okusobola okulokola abantu abajjudde obubi abaali balina okugwa mu kuzikirira, Katonda n'asindika Yesu ku nsi kuno.

1 Yokaana 4:9-10 wagamba, *"Ku kino okwagala kwa Katonda kwe kwalabisibwa gye tuli, kubanga Katonda yatuma mu nsi Omwana eyazaalibwa omu tulyoke tube abalamu ku bw'oyo. Mu kino mwe muli okwagala, so si nga ffe twayagala Katonda, naye nga ye yatwagala ffe, n'atuma Omwana we eyazaalibwa omu tulyoke tube abalamu ku bw'oyo."*

Katonda yalaga okwagala Kwe gye tuli ng'atuwa omwana We omu yekka Yesu okukomererwa ku musaalaba. Yesu yalaga okwagala Kwe nga Yeewaayo ku musaalaba okununula abantu mu bibi byabwe. Okwagala kwa Katonda kuno, okwalagibwa okuyita mu kuwaayo omwana We, kwe kwagala okutakyuka lubeerera, okuwaayo obulamu bw'omuntu bwonna okutuuka ku ttondo ly'omusaayi erisembayo.

Okwagala okutuufu eri Katonda

Naffe tusobola okubeera n'okwagala okw'enkanidde awo? 1 Yokaana 4:7-8 wagamba, *"Abaagalwa, twagalanenga, kubanga okwagala kuva eri Katonda, na buli muntu yenna ayagala yazaalibwa Katonda era ategeera Katonda. Atayagala tategeera Katonda, kubanga Katonda kwagala."*
Bwe tuba nga tetukumanya bumanya mu mutwe, wabula ne tuba nga tuwulira munda mu ffe ekika ky'okwagala Katonda kwatuwadde, kijja kujja kyokka ffe okwagala Katonda mu ngeri entuufu. Mu bulamu bwaffe obw'ekikristaayo, tusobola okusisinkana ebigezo ebizibu okugumira, oba tuyinza okusisinkana embeera nga tugenda kufiirwa eby'obugagga byaffe byonna n'ebyo eby'omuwendo gye tuli. Ne mu mbeera ng'eyo, emitima gyaffe tegijja kuyuyizibwa wadde kasita tuba n'okwagala okutuufu.

Waliwo bwe nabulako katono okufiirwa bawala bange abasatu be njagala ennyo. Emyaka nga 30 egiyise mu Korea, abantu baakozesanga amanda ga agabumbibwa okufumba. Omukka ogwavanga mu manda gano nga gwa bulabe era nga guvaako nnyo obubenje. Kyaliwo nga n'akatandika ekkanisa era nali nsula, ku mwaliriro ogwa wansi. Bawala bange abasatu, waliwo n'omuvubuka, omukka guno gw'abayingira. Ekiro kyonna baayingiza omukka ogwo, era ne walabika nga awatali ssuubi lyonna lya kuwona.

Bwe nnatunuulira abaana bange abaali batamanyi biri ku nsi, saalina nnaku yonna wadde okwemulugunya. Nneebaza nga bwebaza nti baali bagenda kuba bulungi mu Ggulu eddungi ennyo eyo etali maziga, nnaku, wadde obulumi. Naye olw'okuba omuvubuka yali memba w'ekanisa, Nnasaba Katonda okumuzuukiza kireme okuswaza Katonda. Ne nteeka emikono gyange ku muvubuka ne musabira. Era ekyavaamu, ne nsabira muwala wange asembayo. Bwe nnali musabira, omuvubuka n'atereera. Bwe nnali nsabira muwala wange ow'okubiri, omugalanda n'azuukuka. Era, waayitawo akaseera katono muwala wange ow'okubiri n'asooka bombi ne badda engulu. Tebaakosebwa biva mu kuyingiza omukka ogwo ogw'obutwa, era okutuuka leero balamu. Bonna abasatu baweereza ng'abasumba mu kanisa.

Bwe twagala Katonda, okwagala kwaffe tekulikyuka mu mbeera yonna. Twafuna dda okwagala Kwe okw'okuwaayo omwana We omu yekka, era n'olwekyo tetulina nsonga yonna emutukyaya oba okubuusabuusa okwagala Kwe. Tulina kumwagala nga tetukyukakyuka. Tulina kwesiga kwagala Kwe mu bujjuvu era ne tuba beesigwa Gyali n'obulamu bwaffe.

Endowooza eno tejja kukyuka bwe tulabirira emyoyo emirala. 1 Yokaana 3:16 wagamba, *"Ku kino kwe tutegeerera okwagala, kubanga oyo yawaayo obulamu bwe ku lwaffe, naffe kitugwanira okuwangayo obulamu bwaffe ku lw'ab'oluganda."* Bwe tuteekateeka okwagala okutuufu eri Katonda, tujja kwagala baganda baffe n'okwagala okutuufu. Kitegeeza tetujja kwegomba kwenoonyeza byaffe, era n'olwekyo tujja kugaba buli kimu kye tulina era nga tetulina kye tusuubira. Tujja kuwaayo obulamu bwaffe n'ebigendererwa ebitukuvu n'eby'obugagga byaffe eri abalala.

Mpise mu kusoomoozebwa kungi nga ntambulira mu lugendo luno olw'okukkiriza okutuuka olwaleero. Nnalibwaamu olukwe okuva mu bantu abaafuna okuva gyendi ebintu ebingi, oba okuva eri abo bennayisa ng'ab'omu maka gange. Ebiseera ebimu abantu bantegeera bubi era ne bansongamu ennwe.

Wabula wadde guli gutyo, nnabayisa bulungi. Nga byonna mbiteeka mu mikono gya Katonda era nga nsaba Asobole okusonyiwa abantu ng'abo n'okwagala saako okusaasira. N'abo abaaleetera ekkanisa emitawaana emingi era ne bagenda saabakyawa. Nnayagalanga kimu beenenye era bakomewo. Abantu abo buli lwe baakolanga obubi obungi, nga okusoomoozebwa okw'amaanyi kujja gyendi. Wabula wadde guli gutyo, Nnabayisanga bulungi kubanga nzikiriza nti Katonda anjagala, kubanga na baagalanga n'omutima gwange.

Okusobola okubala ekibala eky'okwagala

Tusobola okubala ekibala eky'okwagala mu bujjuvu gye tukoma okutukuza emitima gyaffe nga tweggyako ebibi, obubi, n'obujeemu okuva mu mitima gyaffe. Okwagala okutuufu kuva mu mutima ogutaliimu bubi bwonna. Bwe tufuna okwagala okutuufu, tusobola okuwa abalala emirembe obudde bwonna era nga tetulikaluubiriza oba okuba omugugu eri abalala. Tujja na kutegeera emitima gy'abalala era tubaweereze. Tujja kuba tusobola okubawa essanyu n'okubayamba okuganya emyoyo gyabwe okukula obwakabaka bwa Katonda busobole okugaziwa.

Mu Bayibuli, tusobola okulaba ekika ky'okwagala ba taata b'okukkiriza kye baateekateeka. Musa yayagala nnyo abantu be, Isiraeri, okuba nti yatuuka n'okwagala okubalokola wadde nga kyali kitegeeza linnya lye kusangulibwa mu kitabo ky'obulamu (Okuva 32:32).

Omutume Pawulo naye yayagala nnyo Mukama n'omutima ogutakyukakyuka okuva lwe yamusisinkana. Yafuuka omutume w'Abamawanga, era n'alokola emyoyo mingi n'okunyweza amakanisa mangi okuyita mu ngendo ze ez'obu minsane ez'emirundi essatu. Wadde ekkubo lye yakwata lyali likooya era nga lyamutawaana nnyo, yabuulira Yesu Kristo okutuuka lwe yattibwa ng'omujjulizi e Looma.

Baatiisatiisanga nnyo obulamu bwe n'okumuyigganya n'okusumbuyibwa Abayudaaya. Yakubibwa n'asuulibwa mu kkomera. Yatengejjera ku nnyanja ekiro n'emisana ng'eryato limenyese. Wabula wadde gwali gutyo, ekkubo lye yakwata teyalyejjusa. Wabula mu kifo ky'okwerowoozaako yekka yalowoozanga ku kanisa n'abakkiriza bwe yalinga mu kuyita mu bizibu bino.

Yayogera bwe yali awulira mu 2 Bakkolinso 11:28-29, awagamba nti, *"Obutassaako bya bweru, waliwo ekinzitoowerera bulijjo bulijjo, okwerariikiriranga olw'ekkanisa zonna. Ani omunafu, nange bwe ssiba munafu? ani eyeesittazibwa, nange bwe ssaaka?"*

Omutume Pawulo teyakwatirira bulamu bwe olw'okuba yalina okwagala okubumbujja olw'emyoyo. Okwagala kwe okungi kulagibwa bulungi nnyo mu Baruumi 9:3. Wagamba, *"Kubanga nandyagadde nze mwene okukolimirwa kristo olwa baganda bange, ab'ekika kya kyange mu mubiri."* Wano, 'ab'ekika' tekitegeeza ba nnyumba ye oba ab'enganda. kitegeeza Abayudaaya bonna omuli n'abo abaali bamuyiggnaya.

Waakiri agenda mu Ggeyeena mu kifo kyabwe, bwe kiba nga kiyinza okulokola abantu abo. Kino kye kika ky'okwagala kwe yalina. Era, nga bwe kyawandiikibwa mu Yokaana 15:13, *"Tewali alina kwagala kunene okusinga kuno omuntu okuwaayo obulamu bwe olwa mikwano gye,"* omutume Pawulo yalaga okwagala okuli ku ddaala erisingirayo ddala bwe yafa ng'omujjulizi.

Abantu abamu bagamba nti bagala Mukama naye ate tebagala baganda baabwe mu kukkiriza. Ab'oluganda bano si na balabe baabwe wadde okuba nga basaba muntu kuwaayo bulamu bwe. Naye bakuubagana era ne bakuuma obukyayi ku mwoyo olw'obuntu obutono. Ne bwe babeera nga bakola omulimu gwa Katonda, bawulira bubi ebirowoozo byabwe bwe byawukana. Abantu abamu tebafaayo ku balala abalina okukkiriza okukendedde oba okufa. Olwo, tuyinza okugamba nti abantu ng'abo bagala Katonda?

Lumu n'ayogera mu maaso g'ekibiina kyonna. n'agamba nti, "Bwe mba nga nsobola okulokola emyoyo lukumi, nandyagadde okugenda mu Ggeyeena mu kifo kyabwe." Kituufu manyi ggeyeena gye njogerako ekiriyo. Sirikola kintu kyonna ekiyinza okundetera okugenda mu Ggeyeena. Naye bwe mba nga nsobola okulokola emyoyo obutagwa mu Ggeyeena, nsobola okubeera omwetegefu okugendayo mu kifo kyabwe.

Mu myoyo egyo olukumi musobola okubaamu ba memba b'ekkanisa. Basobola okubeera abakulembeze b'ekkanisa abatalondawo mazima wabula okugenda eri ekkubo ery'okuzikirira nga wadde bamaze okuwulira ebigambo eby'amazima n'okwerabira ku mirimu gy'amaanyi ga Katonda. Era, bayinza okubeera abantu abayigganya ekkanisa yaffe olw'okutegeera obubi ebintu n'obuggya. Oba, giyinza okuba emyoyo eminaku ku semazinga wa Africa egiri mu kufa enjala olw'entalo, ekyeya, oba obwavu.

Nga Yesu bwe yanfiirira, Nange nsobola okuwaayo obulamu bwange ku lwabwe. Si lwakuba nti mbagala ng'obumu ku buvunaanyizibwa bwange, naye olw'okuba Ekigambo kya Katonda kigamba nti tulina okwagala. Mpaayo obulamu bwange bwonna n'amaanyi gange buli lunaku okubalokola, olw'okuba mbagala nnyo okusinga obulamu bwange era nga si na bigambo byokka. Mpaayo obulamu bwange bwonna kubanga manyi nti kwe kuyaayaana kwa Katonda Kitaffe oyo eyanjagala.

Omutima gwange gujjudde ebirowoozo nga, 'Nyinza ntya okubuulira enjiri mu bifo ebirala?' 'Nnyinza ntya okulaga emirimu gya Katonda egy'amaanyi abantu abalala basobole okukkiriza?' 'Nnyinza ntya okubaleetera okutegeera obutaliimu bw'ensi eno ne mbatwala eri obwakabaka obw'omu ggulu?'

Katwetunulemu tulabe okwagala kwa Katonda kwenkana wa okuli mu ffe. Kwe kwagala okwamuweesaayo obulamu bw'omwana We omu yekka. Bwe tuba nga tujjudde okwagala Tujja kwagala Katonda n'emyoyo n'emitima gyaffe gyonna. Kuno kwe kwagala okutuufu. Era bwe tuteekateeka okwagala okw'ekika kino mu bujjuvu, tujja kusobola okuyingira Yerusaalemi Ekiggya, nga we wali okwagala okw'omuwendo okuli nga ejjinja ery'omuwendo. Nsuubira nti mwenna mujja kugabana okwagala okw'olubeerera ne Katonda kitaffe ne Mukama eyo.

Abafiripi 4:4

"Musanyukirenga Mukama waffe ennaku zonna, nate njogera nti Musanyukenga!"

Ku Biri Ng'ebyo Tewali Mateeka

Essuula 3

Okusanyuka

Ekibala eky'okusanyuka
Ensonga lwaki okusanyuka okw'okwagala okwasooka kuggwaawo
Nga okusanyuka okw'omwoyo kusituddwa
Bw'oba oyagala okubala ekibala ky'okusanyuka
Okukungubaga n'oluvannyuma lw'okubala ekibala eky'okusanyuka
Ebintu birabe mu ngeri ennungi era ogoberere obulungi mu mbeera zonna

Okusanyuka

Okuseka kumalako omuntu okwerariikirira, obusungu, n'obunkenke bwe kutyo ne kuba nga kukendeeza ku ndwadde ezisiba omutima n'okufa ekibwatukira. Era kuyambako n'okuwa omubiri obusobozi obw'okulwanyisa endwadde, kale kuyambako okulwanyisa obuwuka obuvaako endwadde nga ssenyiga oba endwadde nga kansa eziva ku nneeyisa y'omuntu. Enseko zikola kinene nnyo eri obulamu bwaffe okuba obulungi, era Katonda atugamba tusanyuke bulijjo. Abamu bayinza okugamba, "Nyinza ntya okusanyuka nga tewali kinsanyusa?" Naye abasajja ab'okukkiriza basanyukira mu Mukama kubanga bakkiriza nti Katonda ajja kubayamba bave mu bizibu, era ekinaavaamu bajja kulung'amizibwa eri obwakabaka obw'omu ggulu eri essanyu ery'olubeerera.

Ekibala eky'okusanyuka

Okusanyuka kwe "kuwulira essanyu ery'amaanyi ennyo oba okujjaguza." Wabula, okusanyuka okw'omwoyo, si kwe kubeera omusanyufu ennyo. N'abatali bakkiriza basanyuka ng'ebintu birungi, naye kino kya kaseera. Essanyu lyabwe liggwaawo ebintu bwe bikaluba. Naye bwe tubala ekibala eky'okusanyuka mu mitima gyaffe tujja kusobola okusanyuka n'okujjaguliza mu mbeera yonna.

1 Abasessaloniika 5:16-18 wagamba, *"Musanyukenga ennaku zonna; musabenga obutayosa, mwebazenga mu kigambo kyonna kyonna, kubanga ekyo Katonda ky'abaagaliza mu Kristo Yesu gye muli."* Okusanyuka okw'omwoyo kwe kusanyuka bulijjo n'okwebaza mu mbeera zonna. Okusanyuka y'emu ku mbeera etegerekeka amangu esobola okukozesebwa

okupima okulaba obulamu bw'ekikristaayo bwe tutambuliramu. Abakkiriza abamu batambulira mu kkubo lya Mukama nga basanyuka n'okujjaguza obudde bwonna kyokka abalala tebalina ssanyu lya nnama ddala na kwebaza okuviira ddala mu mitima gyabwe, Wadde nga bayinza okuba nga bafuba nnyo mu kukkiriza kwabwe. Bagenda ku kanisa, ne basaba, ne batuukiriza obuvunaanyizibwa bwabwe ku kanisa, naye bino byonna babikola nga balinga abatuukiriza obuvunaanyizibwa obutatambula. Era bwe basisinkana ekizibu kyonna, Emirembe gyonna gye balina mu mutima ne gibaggwako era ne bayuuyizibwa olw'okwerariikirira.

Bwe wabaawo ekizibu ky'otasobola kugonjoola na busobozi bwo, Wano nno w'olina okwekeberera oba nga ddala osanyuka okuva ku ntobo y'omutima gwo. Mu mbeera ng'eno, lwaki totunulako mu ndabirwamu? Kisobola n'okufuuka ekipimo okwekebera wa w'otuuse mu kubala ekibala eky'okusanyuka. Amazima gali nti, ekisa kya Yesu Kristo ekyatulokola okuyita mu musaayi Gwe kimala ffe okuba nga tusanyuka ekiseera kyonna. Twali baakugwa mu muliro ogutazikira olubeerera mu Ggeyeena, naye omusaayi gwa Yesu Kristo, gwatusobozesa okugenda mu bwakabaka obw'omu ggulu obujjudde essanyu ne ddembe. Amazima gano gokka gasobola okutuwa essanyu erissuka ku kye tuyinza n'okunnyonyola.

Abaana ba Isiraeri nga bamaze okuva e Misiri balyoke basale wakati mu Nnyanja Emyufu nga balinga abatambulira ku lukalu era ne bawona eggye ly'Abamisiri eryali libagoba, nga bateekwa okuba baasanyuka! Era mu ssanyu abakazi baazina n'ensaasi era abantu bonna ne batendereza Katonda (Okuva 15:19-20).

Mu geri y'emu, omuntu bwakkiriza Mukama, abeera ne ssanyu

eritasobola kunyonnyolwa olw'okuba alokoleddwa, era abeera asobola okuyimba n'okutendereza n'emimwa gye wadde nga akooye olw'emirimu gyakoze olunaku lwonna. Wadde ayigganyizibwa olw'erinnya lya Mukama oba n'abonaabona awatali nsonga yonna, abeera musanyufu ng'alowooza ku bwakabaka obw'omu ggulu. Singa okusanyuka kuno kukuumibwa, tuba tujja kubala ekibala eky'okusanyuka mu bujjuvu.

Ensonga lwaki okusanyuka okw'okwagala okwasooka kuggwaawo

Wabula ekiriwo kiri nti, abantu si bangi abakuuma okusanyuka okw'okwagala kwabwe okwasooka. Ebiseera ebimu nga bamaze okukkiriza Mukama, essanyu liggwaawo era okukwatibwako kwe baawuliranga olw'ekisa ky'obulokozi nga tekukyali kwe kumu. Edda, nga babeera basanyufu ne mu buzibu nga balawooza ku Mukama, naye bwe wayitawo ekiseera, batandika okussa ebikkowe n'okwekubagiza ebintu bwe bizibuwala. Kiringa abaana ba Isiraeri abeerabira amangu ennyo okusanyuka kwe baalimu bwe baasala Ennyanja Emyufu ne batandika okwemulugunya ku Katonda n'okuwakanya Musa olw'obuzibu obutono bwe baali basisinkanye.

Lwaki abantu bakyuka mu ngeri eno? Kibaawo olw'omubiri mu mitima gyabwe. Wano omubiri gulima amakulu ag'omwoyo. Kitegeeza ku kikula oba embala ezikontana n'omwoyo. 'Omwoyo' kye kintu kya Katonda Omutonzi, nga kirungi era nga tekikyukakyuka, so nga 'Omubiri' ye mbala y'ebintu ebyawukana ku bya Katonda. Bye bintu ebijja okuzikirira, ebyonooneka, era ne bibulawo. N'olwekyo, ebika bye bibi byonna gamba nga obujeemu, obutali butuukirivu, n'agatali mazima byonna mubiri. Abo abalina embala ng'ezo ez'omubiri bajja kufiirwa essanyu lwabwe eryali lijjudde mu mitima gyabwe. Era, olw'okuba balina embala ezikyukakyuka, omulyolyomi Setaani agezaako okuleetawo embeera ezitasanyusa ng'asoomooza embala ezikyukakyuka.

Omutume Pawulo yakubibwa era n'asuulibwa mu kkomera bwe yali abuulira enjiri. Naye bwe yali asaba n'okutendereza Katonda nga tewali kimwerariikiriza, musisi ow'amaanyi n'ayuugumya enzigi z'ekkomera ne zigguka. Era, okuyita mu kino, yabuulira enjiri eri abatakkiriza bangi. Teyalekayo kusanyuka mu mbeera enzibu yonna, era abakkiriza n'abawa amagezi nti *"Musanyukire Mukama waffe ennaku zonna, nate njogera nti, Musanyukenga! Okuzibiikiriza kwammwe kumanyibwenga abantu bonna. Mukama waffe ali kumpi. Temweraliikiriranga kigambo kyonna kyonna, naye mu kigambo kyonna mu kusabanga n'okwebazanga bye mwagala bitegeezebwenga eri Katonda"* (Abafiripi 4:4-6).

Bw'oba ng'oli mu mbeera mbi nnyo ng'olinga eyeekutte ku kalebwelebwe, lwaki tosaba nga weebaza ng'omutuma Pawulo? Katonda ajja kusanyuka n'ekikolwa kyo eky'okukkiriza era ajja kukola ku lw'obulungi mu buli kintu.

Nga okusanyuka okw'omwoyo kusituddwa

Dawudi yalwanirira ensi ye mu ntalo okuviira ddala nga akyali muvubuka muto. Yalwananga mu ngeri ey'obuzira mu ntalo nnyingi ez'enjawulo. Kabaka Sawulo yali alumbiddwa omyoyo emibi, Dawudi n'akubanga ennanga okuwummuza kabaka. Teyawakanyanga kiragiro kya kabaka we kyonna. Wabula wadde guli gutyo, Kabaka Sawulo teyasiimanga mirimu gya David, wabula yamukyawa kubanga yakwatirwa Dawudi obuggya. Olw'okuba Dawudi yayagalibwa abantu, Sawulo yatya nti enteba ye eyinza okutwalibwa, era n'anoonyanga Dawudi n'eggye lye okumutta.

Mu mbeera ng'eyo, Dawudi yalina okudduka Sawulo. Lumu, okusobola okuwonya obulamu bwe mu nsi engwiira, yayiwa endusu nga yeefudde omulalu. Wandiwulidde otya singa wali mu ngato ze? Dawudi teyennyamira n'olunaku olumu wabula yajjaguza nga bujjaguza. Yayatula okukkiriza kwe mu Katonda ne zabuli ennungi ennyo.

"MUKAMA ye musumba wange, seetaagenga.
Angalamiza mu ddundiro ery'omuddo omuto;
Antwala ku mabbali ag'amazzi amateefu.
Akomyawo emmeeme yange;
Anung'amya mu makubo ag'obutuukirivu
Ku lw'erinnya Lye
Era ne wakubadde nga ntambulira
Mu kiwonvu eky'ekisiikirize eky'olumbe,
Siritya kabi konna, kubanga Ggwe oli nange;
Oluga lwo n'omuggo gwo bye binsanyusa.
Onteekerateekera emmeeza
Mu maaso g'abalabe bange;
Onsiize amafuta ku mutwe; Ekikompe kyange kiyiwa.
Obulungi n'ekisa tebiiremenga kugenda nange
ennaku zonna ez'obulamu bwange,
Nange naatuulanga mu nnyumba ya MUKAMA

Okutuusa ku nnaku nnyingi"
(Zabuli 23:1-6).

Ekyaliwo kye nnyini, lyali nga ekkubo ery'amaggwa, naye Dawudi yalina ekintu ekinene mu ye. Kwali okwagala kwe okwali kubumbujja eri n'okwesiga Katonda okutakyukakyuka. Tewali kyali kiyinza kumalawo essanyu eryali liva ku ntobo y'omutima gwe. Dawudi ddala yali musajja eyali asitudde ekibala eky'okusanyuka.

Kati emyaka giringa ana-mugumu okuva lwe nakkiriza Mukama, Ssi fiirwangako okusanyuka kwange okw'okwagala okwasooka. Buli lunaku mbeerawo mu kwebaza. Nnali mbonyeebonye n'endwadde nnyingi nnyo okumala emyaka musanvu, naye amaanyi ga Katonda ne gawonya endwadde ezo zonna omulundi gumu. Era amangu ago n'enfuuka Omukristaayo era n'entandika okuweereza ku bizimbe ebizimbibwa. Nnalina omukisa okufuna omulimu ogusingako obulungi naye n'asalawo okukola ogwo omuzibu kubanga ye yali engeri yokka gye nnali nsobola okukuuma olunaku lwa Mukama nga lutukuvu.

Buli ku makya ku ssaawa kkumi nga nzuukuka ne ngenda mu kasaba kw'oku makya. Olwo n'engenda ne mmere yange okukola. Nga kintwalira essaawa ng'emu n'ekitundu mu bbaasi okutuuka ku mulimu. Nnalinanga okukola okuva ku makya okutuuka akawungeezi nga sifuna kuwummula kumala. Ddala tegwali mulimu mwangu. Nnali sikolangako mulimu ogwetaaga amaanyi amangi bwe gatyo kyokka nga nali n'akava mu bulwadde obwannumira emyaka musanvu, kale tegwali mulimu mwangu gyendi.

Nga nkomawo ku ssaawa nga nnya ez'ekiro, nga nyinyuse. Ne

naabako mangu, N'endya eky'eggulo, ne nsoma Bayibuli era n'ensaba nga sinnagenda kwebaka olwo nga ziri nga ssaawa mukaaga ogw'ekiro. Mukyala wange nga naye alina byatembeeya okwebeezaawo, Wabula nga kizibu okusasula ebbanja eryatuwerako we nabeerera omulwadde. Kale nga kizibu okwebezaawo. Wadde nali mu buzibu bw'ensimbi, omutima gwange gwalinga musanyufu buli ssaawa era nga mbulira enjiri buli bwe n'afunanga omukisa.

Nga ntera okugamba, "Katonda mulamu! Laba bwe nfaanana kati! Nnali ninze kimu kufa, naye n'awonera ddala n'amaanyi ga Katonda era mulabe kati bwe nnyirira!"

Ekyaliwo kye nnyini kyali kizibu era nga n'ensimbi zitwekubya mpi, naye bulijjo neebazanga olw'okwagala kwa Katonda oyo eyandokola okuva mu kufa. Omutima gwange n'agwo nga gujjude essuubi ery'eggulu. Nga mazze okufuna okuyitibwa kwa Katonda okufuuka omusumba, Nnayita mu bizibu bingi n'ebintu omuntu byatasobola kugumira, naye era okusanyuka kwange n'okwebaza tebyawola.

Kyasoboka kitya? Lwakuba okwebaza okw'omutima kuzaala okwongera okwebaza. Bulijjo noonya ebintu eby'okwebaliza Katonda era ne mpaayo okusaba okw'okwebaza. Era si kusaba kwa kwebaza kwokka, nyumirwa nnyo okuwaayo ssaddaaka ey'okwebaza eri Katonda. Ku ssaddaaka ey'okwebaza eri Katonda mu buli kusaba, nga nyongerako n'okunyiikira okuwaayo ssaddaaka ey'okwebaza olw'ebintu ebirala. Nga nneebaza olwa ba memba b'ekkanisa abakula mu kukkiriza; n'olw'okung'anya okuddiza Katonda ekitiibwa okuyita mu kuluseedi ez'amaanyi; olw'okukuza ekkanisa, n'ebirala bingi. Nga nnyumirwa nnyo okuzuula eby'okwebaliza Katonda.

Bwatyo, Katonda n'ampa emikisa n'ekisa awatali kulekerawo mbeere nga ngenda mu maaso n'okumwebaza. Singa neebazanga ebintu birungi lwokka nga seebaza wabula okwemulugunya bwe bibeera bibi, saandibadde na kusanyuka kwe ndimu kati.

Bw'oba oyagala okubala ekibala ky'okusanyuka

Ekisooka, olina okweggyako omubiri.
Bwe tuba nga tetulina buggya oba ensaalwa, tujja kusanyuka abalala bwe batenderezebwa oba abalala bwe baweebwa omukisa nga gyoli ffe tutenderezebwa oba okuweebwa omukisa. Ku ludda olulala, tujja kuba n'ekiseera ekizibu nga tulaba abalala nga bakulaakulana gye tukoma okuba n'ensaalwa saako obuggya. Tusobola okuwulira nga tetuteredde olw'abalala, oba ne tubulwako emirembe kubanga tuyinza okuwulira nga tuli ba wansi abalala gye bakoma okuyimusibwa.

Era, bwe tuba tetulina busungu oba obukyayi, tujja kubeera na ddembe lyokka wadde nga tuyisiddwa bubi oba ne tukosebwa. Tukyawa n'okuggwaamu amaanyi olw'okuba tulina omubiri mu ffe. Omubiri guno gwe mugugu ogutuleetera okuwulira obuzito mu mutima gwaffe. Bwe tuba tulina embala ey'okwenoonyeza ebyaffe, tujja kuwulira bubi nnyo tuwulire n'obulumi bungi bwe kirabika nga nti tubonaabona nnyo okusinga abalala.

Olw'okuba tulina embala ey'omubiri mu ffe, omulabe setaani asoomooza embala zino ez'omubiri okuteekawo embeera nga tetuyinza kusanyuka. Gye tukoma okuba n'omubiri, tetuyinza kubeera na kukkiriza kwa mwoyo, era tujja kwongera okwerariikirira nga tetusobola kwesigama ku Katonda. Naye abo abeesigama ku Katonda basobola okusanyuka ne bwe babeera tebalina kya kulya leero. Kiri bwe kityo lwakuba Katonda yatusuubiza nti ajja kutuwa bye twetaaga bwe tusooka okunoonya obwakabaka Bwe n'obutuukirivu (Matayo 6:31-33).

Abo abalina okukkiriza okutuufu buli nsonga yonna bajja kugiteeka mu mikono gya Katonda okuyita mu kusaba okw'okwebaza mu mbeera yonna k'ebe nzibu etya. Bajja kunoonya obwakabaka bwa Katonda n'obutuukirivu n'omutima ogulina eddembe olwo ate basabe bye beetaaga. Naye abo abeteesigama ku Katonda wabula ku birowoozo byabwe n'enteekateeka, tebasobola kutereera wabula okwerariikirira buli ssaawa. Abo abakola zi bizinensi basobola okulungamizibwa eri amakubo ag'okukulaakulana era ne bafuna n'emikisa singa babeera basobola okuwulira eddoboozi ly'Omwoyo Omutukuvu obulungi era ne baligoberera. Naye bwe babeera bakyalina omululu, obutagumiikiriza, n'ebirowoozo ebitaliimu mazima, tebasobola kuwulira ddoboozi ery'Omwoyo Omutukuvu era bajja kusisinkana ebizibu. Mu kumaliriza, ensonga esinga obukulu lwaki tufiirwa okusanyuka kwaffe ze mbala ez'omubiri eziri mu mutima gwaffe. Tujja kugenda tweyongera okufuna essanyu ery'omwoyo n'okwebaza, era ebintu byonna bijja kututambulira bulungi gye tukoma okweggyako omubiri mu mutima gwaffe.

Eky'okubiri, Tulina okugoberera okuyaayaana kw'Omwoyo Omutukuvu mu bintu byonna.

Okusanyuka kwe tunoonya si kwe kw'ensi wabula okuva waggulu, kwe kugamba okusannyuka okw'Omwoyo Omutukuvu. Tusobola okusanyuka era ne tujjaguza singa Omwoyo Omutukuvu abeera mu ffe musanyufu. Okusinga byonna, essanyu erya nnama ddala lijja bwe tusinza Katonda n'omutima gwaffe gwonna, bwe tusaba n'okumutendereza, n'okukuuma Ekigambo Kye.

Era, bwe tutegeera ensobi zaffe okuyita mu kulung'amizibwa kw'Omwoyo Omutukuvu era ne tuzitereeza, nga tuyinza okubeera abasanyufu! Kitwanguyira okubeera abasanyufu n'okwebaza bwe tuzuula 'omuntu waffe' omuggya oyo ayawukana kw'oyo gwe twali luli. Okusanyuka okuva eri Katonda tekusobola kugeraageranyizibwa n'essanyu ly'ensi, era tewali muntu yenna asobola kukutwala.

Kisinziira ku kusalawo kwe tukola bulijjo mu bulamu bwaffe, kwe kusalawo oba tugoberera kuyaayaana kwa Mwoyo Omutukuvu oba okuyaayaana kw'omubiri. Bwe tuba nga tugoberera okuyaayaana kw'Omwoyo Omutukuvu buli ssaawa, Omwoyo Omutukuvu ajja kusanyuka mu ffe era atujjuze essanyu. 3 Yokaana 1:4 wagamba, *"Ssirina ssanyu lingi erisinga lino, okuwulira abaana bange nga batambulira mu mazima."* Nga bwe ky'ogeddwa, Katonda asanyuka era n'atuwa essanyu mu bujjuvu bw'Omwoyo Omutukuvu singa tutambulira mu mazima.

Eky'okulabirako, singa okuyaayaana kw'okwenoonyeza ebyaffe kukoonagana n'okuyaayaana kw'okunoonya eby'abalala, era okukuubagana kuno bwe kugenda mu maaso, tujja kubulwa essanyu. Olwo nno, bwe tumaliriza nga tunoonyeza ebyaffe, kibeera nga nti twatutte ekyo kye twagala, naye tetujja kufuna essanyu ery'omwoyo. Wabula, tujja kulumirizibwa mu mutima n'okubonaabona mu mutima. Ku ludda olulala, bwe tunoonya eby'abalala, kiyinza okulabika nga ffe ababonaabona ennyo mu kiseera ekyo, naye tujja okufuna essanyu okuva waggulu kubanga Omwoyo Omutukuvu abeera musanyufu. Abo bokka abawulidde essanyu ery'ekika ekyo be bayinza okutegeera obulungi bwalyo. Kye kika kye ssanyu omuntu yenna mu nsi lyatasobola kugaba oba okutegeera.

Waliwo olugero olw'abooluganda babiri. Omukulu taggyawo sowaani waalilidde. Bwatyo, omuto n'aba nga yalina okuggyawo essowaani n'okuyonja we baliiridde, era kimuyisa bubi. Olunaku lumu, omukulu bwe yali amaze okulya era ng'ayimuka okugenda, omuto n'agamba, "Olina okwoza essowaani zo." "Zooze," omulenzi omukulu bwe yamuddamu nga takirumyeemu era n'agenda mu kisenge kye. Omulenzi omuto teyakyagala naye muganda we yali yagenze dda.

Omuto akimanyi nti mukulu we teyamanyiira byakwoza bintu. Kale, omuto asobola okuweereza omukulu n'essanyu ng'ayoza ebintu byonna yekka. Kati, oyinza okulowooza nti omuto yajja okuba ng'ayoza ebintu bulijjo, era mukulu we tajja nakugezaako kulowooza ku nsonga eno. Naye bwe tukola obulungi, Katonda yajja okuleetawo enkyukakyuka. Katonda ajja kukyusa omutima gw'omulenzi omukulu atandike okulowooza, 'Nga kibi nnyo nze okulekera muto wange okwozanga ebintu yekka. Okuva leero, Njakwozanga ebintu byendiriddemu n'ebibye.'

Nga mu ky'okulabirako waggulu, bwe tugoberera okuyaayaana kw'omubiri olw'essanyu ery'akaseera kwe lituwa, bulijjo tujja kubeera nga tetuteredde era nga tubeera tuyombagana. Naye tujja kubeera n'essanyu bwe tuweereza abalala okuva mu mutima gwaffe nga tugoberera okuyaayaana kw'Omwoyo Omutukuvu.

Etteeka lino lituukira ne mu nsonga endala yonna. Oyinza okuba wakolokota abalala okusinziira ku ngeri gy'olabamu ebintu, naye bw'okyusa omutima gwo era n'otegeera abalala mu bulungi, ojja kubeera n'emirembe. Ye ate bw'osisinkana omuntu eyeeyisa obulala ennyo ku gwe oba omuntu alina ebirowoozo ebyawukanira ddala ku bibyo? Ogezaako okubeewala, oba omubuuzaako ne ssanyu? Engeri abatakkiriza gye balabamu ebintu, ekyo kye kiyinza okubanguyira okwewala abo be batayagala okusinga okugezaako okubayisa obulungi.

Naye abo abagoberera okuyaayaana kw'Omwoyo Omutukuvu bajja kusanyukira abantu ng'abo n'omutima ogubaweereza. Bwe tuba nga tufa bulijjo n'ekigendererwa ky'okuwuliza abalala emirembe (1 Abakkolinso 15:31), tujja kwerabira ku ddembe eryo erya nnama ddala n'okusanyuka okuva waggulu. Era, tujja kusobola okweyagalira mu ddembe n'okusanyuka ekiseera kyonna, bwe tuba nga tetuwulira bubi munda olw'okuba waliwo omuntu gwe tutayagala oba eneeyisa y'omuntu nga gyetutayagala kubanga tebikwatagana na byaffe.

Katugambe omukulembeze mu kanisa akukubidde essimu n'akugamba nti ogende mukyalire ow'oluganda ataasaba ku sande mutegeere ekyamugaana, oba katugambe osabiddwa okubuulira omuntu enjiri ku lunaku lw'ofunye naawe okuwummulamu. Mu kasonda akamu ak'omu mutima gwo kaagala owummule, ate ng'ekitundu ky'omutima ekirala kyagala okukola omulimu gwa Katonda. Kiri gyoli okusalawo ky'oyagala, naye jjukira nti okwebaka ennnyo okuwuliza omubiri gwo obulungi tekitegeeza nti kijja kukuwa essanyu.

Ojja kuwulira obujjuvu bw'Omwoyo Omutukuvu n'essanyu bw'onoowaayo obudde bwo n'eby'obugagga okutambuza obuweereza bwa Katonda. Bw'ogoberera okuyaayaana kw'Omwoyo Omutukuvu entakera, tojja kukoma ku kufuna okusanyuka okw'omwoyo wabula n'omutima gwo gujja kugenda gukyuka okufuuka omutima ogw'amazima. Era bw'onootambula bwotyo, ojja kubala ekibala ky'okusanyuka ekyengedde, era mu maaso go munaamasamasa n'ekitangaala eky'omwoyo.

Eky'okusatu, tulina okunyiikira okusiga ensigo ez'okusanyuka n'okwebaza.

Omulimi okusobola okukungula ekibala, alina okusiga ensigo n'okuzirabirira. Mu ngeri y'emu, ffe okusobola okubala ekibala eky'okusanyuka, Tulina okunyiikira okutunuulira ensonga y'okwebaza n'okuwaayo ssaddaaka z'okwebaza eri Katonda. Bwe tuba baana ba Katonda abalina okukkiriza, waliwo ebintu bingi bye tusobola okwebaliza Katonda!

Ekisooka, tulina essanyu ery'obulokozi eritasobola kuwanyisiganya na kintu kirala kyonna. Era, Katonda omulungi ye Kitaffe, era akuuma abaana Be abo abatambulira mu mazima era n'addamu buli kye basaba. Kale, nga tuli basanyufu! Kale, bwe tukuuma olunaku lwa Mukama nga lutukuvu era ne tuwaayo ekimu eky'ekkumi mu bujjuvu bwakyo, tetujja kusisinkana buzibu bwonna oba obubenje okuyita mu mwaka gwonna. Bwe tutakola bibi kyokka ne tukuuma ebiragiro bya Katonda, era ne tukola n'obwesigwa olw'obwakabaka Bwe, olwo nno, tunaafunanga emikisa.

Wadde tuyinza okusisikana embeera enzibuzibu, eky'Okuddamu eri ebizibu ebya buli kika kisangibwa mu bitabo enkaaga mw'omukaaga ebya Bayibuli. Ekizibu bwe kiba kyazze olw'ensobi zaffe, tusobola okwenenya ne tukyuka okuva mu mbeera ezo Katonda asobole okutukwatirwa ekisa era atuwe eby'okuddamu eri ebizibu byaffe. Bwe twetunulamu, omutima gwaffe bwe guba tegutulumiriza, tusobola okujjaguza n'okwebaza. Olwo nno,

Katonda ajja kukwata ku buli kimu kiveemu bulungi era atwongere n'emikisa. Tetulina kutwala nagalaale ekisa kya Katonda kyatuwadde. Tulina okusanyuka n'okumwebaza obudde bwonna. Bwe tunoonya ebintu eby'okwebaliza Katonda n'okusanyuka, Katonda atuteerawo ebintu ebirala eby'okumwebaza. Era ekivaamu, okwebaza kwaffe n'okusanyuka bijja kweyongera, era ekinaavaamu tujja kubala ekibala eky'okusanyuka mu bujjuvu.

Okukungubaga n'oluvannyuma lw'okubala ekibala eky'okusanyuka

Wadde tubala ekibala eky'okusanyuka mu mitima gyaffe, olumu tugenda ne tubeera mu nnaku. Okukungubaga okw'omwoyo kwe kukolebwa mu mazima.

Okusooka, waliwo okukungubaga okw'okwenenya. Bwe wabaawo ebigezo n'okusoomoozebwa ebizze ku lw'ebibi byaffe, tetusobola kubeera basanyufu wadde okwebaza okumalawo ekizibu ekyo. Omuntu bwasanyuka n'oluvannyuma lw'okukola ekibi, okusanyuka okwo kwa nsi era tekulina we kukwataganira na Katonda. Mu mbeera nga zino, tulina okwenenya mu maziga era ne tukyuka okuva mu makubo ago. Tulina okwenenyeza ddala nga tulowooza nti, 'Nze akkiririza mu Katonda nnyinza ntya okukola ekibi bwe kityo? Nnyinza ntya okuva ku kisa kya Mukama?' Olwo nno, Katonda ajja kukkiriza okwenenya kwaffe, era ng'obukakafu nti ekisenge ky'obubi kiyuziddwa, Ajja kutuwa essanyu. Tujja kuwewuka n'essanyu mu ffe nga tulinga ababuuka mu bbanga, n'ekika kye ssanyu eriggya n'okwebaza okuva waggulu.

Naye okukungubaga okw'okwenenya ddala kwa njawulo ku maziga agakaabwa olw'obulimi obuva ku bizibu n'ebibonoobono. Ne bw'osaba nga bw'okulukusa amaziga n'okufeesa, kubeera kukungubaga okw'omubiri kasita obeera ng'okaaba olw'okugaana embeera gy'oyitamu. Era, bwomala gadduka ekizibu ng'otya ekiboncrczo era n'otakyuka okuva mu bibi ebyo mu bujjuvu, tosobola kufuna ssanyu erya ddala. Era tojja kuwulira ng'asonyiyiddwa. Bwe kuba nga okukungubaga kwo kwe kukungubaga okw'okwenenya olina okweggyako okwagala kw'okukola ebibi olwo n'olyoka obala ekibala kye nnyini eky'okwenenya. Olwo lwokka lw'ojja okufuna essanyu ery'omwoyo nate.

Ekirala, eriyo okukungubaga kw'ofuna nga Katonda aswaziddwa oba olw'emyoyo egyo egigenda mu kkubo ery'okuzikirira. Kye kika ky'okukungubaga ekituufu mu mazima. Bw'oba ng'olina okukungubaga okw'ekika ekyo, ojja kunyiikira okusabira obwakabaka bwa Katonda. Ojja kusabira obulongoofu n'amaanyi okulokola emyoyo emirala osobole okugaziya obwakabaka bwa Katonda. N'olwekyo, okukungubaga okw'ekika ekyo kusanyusa era kukkirizibwa mu maaso ga Katonda. Bw'oba ng'olina okukungubaga okwo okw'omwoyo, essanyu eriri munda mu mutima gwo telijja kuvaawo. Tojja kuggwaamu maanyi, kunyiikaala oba okuwuira obubi, wabula ojja kusigala ng'okyebaza n'okusanyuka.

Mu myaka egiyise, Katonda yandaga ennyumba ey'omu ggulu ey'omuntu asabira obwakabaka bwa Katonda ne kanisa nga bwakungubaga. Ennyumba ye yali ewundiddwa ne zzaabu n'amayinja ag'omuwendo, era nga kwaliko ne luulu ennene ezimasamasa. Nga ekiwuka ekizaale luulu bwe kiteekamu amaanyi mangi n'okufuba okuzaala luulu, yakungubaga mu kusaba okufaanana Mukama, era yakungubaga ng'asabira obwakabaka bwa Katonda n'emyoyo. Katonda ali mukusasula amaziga g'omukyala ono agaali mu kusaba kwe. N'olwekyo, tulina okusanyuka bulijjo nga tukkiriza Katonda, era tulina n'okuba nga tukungubaga olw'obwakabaka bwa Katonda n'olw'emyoyo.

Ebintu birabe mu ngeri ennungi era ogoberere obulungi mu mbeera zonna

Katonda bwe yatonda omuntu eyasooka, Adamu, Yateeka essanyu mu mutima gwa Adamu. Naye okusanyuka Adamu kwe yalina ebiseera ebyo kwa njawulo ku kusanyuka kwe tufuna oluvannyuma lw'okuyita mu kuteekebwateekebwa kw'abantu ku nsi kuno.

Adamu yali ekitonde ekiramu, oba omwoyo omulamu, ekitegeeza nti teyalina mbala za mubiri zonna mu ye, era n'olwekyo teyalinaamu kintu kyonna ekyali kikontana n'okusanyuka. Kwe kugamba, yali talina kwageraageranyiza okusobola okutegeera omuwendo gw'okuba omusanyufu. Abo bokka abayise mu kubonaabona n'endwadde be basobola okutegeera omuwendo gw'okuba omulamu. Abo bokka abayise mu bwavu be basobola okutegeera omuwendo oguli mu kubeera omugagga.

Adamu yali tayitangako mu bulumi bwonna, era nga tasobola kutegeera ekika ky'obulamu kye yalimu. Wadde yali yeeyagalira mu bulamu obutafa nga kyayagala kyafuna mu Lusuku Adeni, yali tasanyuka okuva ku ntobo y'omutima gwe. Naye oluvannyuma lw'okulya ku muti ogw'okumanya obulungi n'obubi, omubiri ne gujja mu mutima gwe, era n'afiirwa essanyu lye yali yaweebwa Katonda. Bwe yali ng'ayita mu bulumi bungi obw'ensi eno, omutima gwe gwajjula ennaku, obuwubaavu, obukyayi, okuwalana, n'okwerariikirira.

Tuyise mu bulumi obwa buli kika ku nsi kuno, era kati tulina okukomyawo okusanyuka okw'omwoyo Adamu kwe yali yafiirwa. Okusobola okukola kino, tulina okweggyako omubiri, ne tugoberera okuyaayaana kw'Omwoyo Omutukuvu ekiseera kyonna, era tusige ensigo ez'okusanyuka n'okwebaza mu bintu byonna. Wano, bwe tugattako endowooza entuufu era ne tugoberera obulungi, tujja kuba tusobola okubala ebibala eby'okusanyuka mu bujjuvu.

Okusanyuka kuno kufunibwa nga tumaze okuyita mu mbeera ez'enjawulo ku nsi kuno, Ekitaali ku Adamu eyali abeera mu Lusuku Adeni. N'olwekyo, essanyu liva ku ntobo y'omutima gwaffe era nga tekulikyuka. Okusanyuka okutuufu kwe tuneeyagaliramu mu Ggulu kwateekebwateekebwa dda wano ku nsi. Olwo tunaasobola tutya okulaga okusanyuka kuno kwe tujja kuba nakwo bwe tunaaba tumaliriza obulamu bwaffe obw'oku nsi era tugende mu bwakabaka obw'omu ggulu?

Lukka 17:21 wagamba, "...*So tebaligamba nti, 'Laba, buli wano!' oba, nti 'Buli wali!' Kubanga laba, obwakabaka bwa Katonda buli munda yammwe.*" Nsuubira nti mujja kubala mangu ddala ekibala eky'okusanyuka mu mitima gyammwe musobole okuloza ku Ggulu ku nsi era mutambulire mu bulamu obujjudde okusanyuka.

Abaebbulaniya 12:14

"Mugobererenga emirembe eri abantu bonna, n'obutukuvu, awatali obwo siwali aliraba Mukama."

Essuula 4

Emirembe

Ekibala eky'emirembe
Okusobola okubala ekibala eky'emirembe
Ebigambo ebirungi bikulu nnyo
Lowooza mu ngeri ey'amagezi nga weeteeka mu ngato z'abalala
Emirembe egya ddala mu mitima
Emikisa gy'abatabaganya

Emirembe

Empeke z'omunnyo tezirabika, naye bwe guwola, zifuuka obuweke obutangalijja obulabika obulungi. Omunnyo ne bwe guba mutono bwe gulungibwa mu mazzi gukyusa amazzi gonna. Kye kimu ku birungo ebyetaagibwa ennyo mu kufumba. Ebirungo ebiri mu munnyo, ne bwe guba mutono gutya bikulu nnyo mu bulamu bw'omuntu.

Nga omunnyo bwe gulungibwa mu mmere okugyongerako obuwoomi n'okugiremesa okwonooneka, Katonda ayagala tuweeyo obulamu bwaffe nga tuzimba abalala n'okubafuula abatukuvu era babale ekibala ekirungi eky'emirembe. Kati katutunule mu kibala eky'emirembe ekimu ku bibala eby'Omwoyo Omutukuvu.

Ekibala eky'emirembe

Wadde babeera bakkiririza mu Katonda, abantu tebasobola kukuuma mirembe n'abalala bwe babeera nga beewulira 'muli' nti b'amaanyi. Bwe bawulira nti ebirowoozo byabwe bye bituufu, batera obutafa ku by'abalala era ne beeyisa mu ngeri etagumiikirizika. Wadde wabaddewo okukkiriziganya okutuukiddwako mu ngeri ey'okukuba akalulu, babeera beemulugunya ku kisaliddwawo. Era bagezaako okutunuulira obunafu bw'omuntu okusinga ebyo bye bakola obulungi. Bamanyi n'okwogera obubi ku bantu era ne batambuze ebigambo ebyo, ne babeera nga baleeta obukubagano mu bantu.

Bwe tuba nga twetoolooddwa abantu ng'abo tusobola okuwulira nga abatudde ku magwa nga tetulina mirembe. Buli awali abantu abamala emirembe ku banaabwe, wabeerawo entalo, okubonaabona, n'okugezesebwa. Emirembe bwe giggwaawo mu ggwanga, mu maka, ku mirimu, ku kanisa, oba mu kibiina kyonna, ekkubo ery'emikisa n'alyo lijja kuzibibwa era wajja kubaawo obuzibu bungi. Mu muzannyo gwonna, omuzannyi omukulu abeera wa mugaso, naye n'abazannyi abalala bonna n'abo abayambako omuzannyo okuzannyibwa n'abo bonna bakulu. Kye kimu n'eri ebitongole byonna. Ne bwe k'abanga akantu akatono, buli muntu bw'akola omulimu gwe obulungi ekiruubirirwa kituukibwako mu bujjuvu, era omuntu ow'ekika ekyo basobola okumwesigisa n'obuvunaanyizibwa obunene gye buggya. Era, omuntu talina kwetwala nti wa kitalo olw'okuba omulimu gw'akola mukulu. Era bw'ayamba abalala ne bakulira wamu, emirimu gyonna gikolebwa mu mirembe.

Abaruumi 12:18 wagamba, *"Oba nga kiyinzika, ku luuyi lwammwe, mutabaganenga n'abantu bonna."* Ne mu Abaebbulaniya 12:14 wagamba, *"Mugobererenga emirembe eri abantu bonna, n'obutukuvu, awatali obwo siwali aliraba Mukama."*

Wano, 'emirembe' kwe kuba ng'osobola okukkiriziganya n'ebirowoozo by'abalala, wadde ng'ebirowoozo byaffe bituufu. Kwe kuwuliza abalala obulungi. Gwe mutima omunene nga tusobola okubeera obulungi n'ekintu kyonna kasita kiba nga tekikontana na mazima. Kwe kugoberera ekyo abalala kye bafunamu nga tewali kwekubiira. Kwe kugezaako okwewala emitawaana n'abalala nga wewala okukakaatika endowooza zo eziwakanya ku balala n'obutatunuulira bunafu bw'abantu abalala.

Abaana ba Katonda tebalina kukuuma mirembe wakati w'abaami n'abakyala, abazadde n'abaana, wakati w'ab'oluganda ne ab'emiriraano, wabula balina n'okukuuma emirembe mu bantu bonna. Balina okubeera n'emirembe si n'abo bokka be bagala wabula n'eri abo abatabagala era nga babakaluubiriza. Era kikulu nnyo okukuuma emirembe mu kanisa. Katonda tasobola kukolera mu kifo omutali mirembe. Kuba kuwa Setaani mukisa okutulumiriza. Era, ne bwe tuba tukola nnyo era ne tutuukiriza ebintu ebinene mu buweereza bwa Katonda, tetusobola kutenderezebwa emirembe bwe gitabaawo.

Mu lubereberye 26, Yisaaka yakuuma emirembe na buli muntu ne mu mbeera ng'abalala bamusoomooza. Kyaliwo Yisaaka bwe yagezaako okwewala enjala eyali egudde, bwe yagenda mu nsi Abafirisuuti gye babeeranga. Yafuna emikisa okuva eri Katonda, n'ekisibo kye n'ekigejja n'ab'omu maka ge baali bangi. Abafirisuuti baamukwatirwa obuggya era ne baziba enzizi ze nga baziyiwamu ettaka.

Tebaalina nkuba emala mu kitundu ekyo, naddala mu kiseera eky'omusana nga teba nkuba wadde. Enzizi bwe bwali obulamu bwabwe. Wabula Yisaaka teyayomba n'abo oba okulwana n'abo. Yavaawo buvi n'asima oluzzi olulala. Buli lwe yafunanga oluzzi oluvannyuma lw'okutuyana ennyo, ng'Abafirisuuti bajja ne bakalambira nti oluzzi lwabwe. Kyokka era, Yisaaka teyakaayana era n'awaayo oluzzi. N'agenda awalala era n'asima oluzzi olulala.

Kino baakikola emirundi mingi, naye Yisaaka abantu abo yabayisa bulungi, era Katonda n'amuwa omukisa nga buli w'agenda afuna oluzzi. Bwe baalaba kino, Abafirisuuti ne bategeera nti Katonda yali naye era ne balekayo okumutawaanya. Singa Yisaaka yayomba oba n'okulwana n'abo kubanga baali bamuyisizza bubi, yandifuuse mulabe waabwe era yandibadde ekitundu ekyo akivaamu. Wadde yandyewolerezaako mu ngeri esaanidde, tekyandikoze kubanga Abafirisuuti baali bagala lutalo kubanga ebigendererwa byabwe tebyali birungi'. Olw'ensonga eno, Yisaaka yabayisa n'obulungi era n'azaala ebibala eby'emirembe.

Bwe tuzaala ekibala eky'emirembe mu ngeri eno, Katonda afuga embeera yonna ne tuba nga tusobola okukulaakulana mu bintu byonna. Olwo, tuyinza tutya okubala ekibala kino eky'emirembe?

Okusobola okubala ekibala eky'emirembe

Okusooka, tulina okubeera mu mirembe ne Katonda.
Ekintu ekisinga obukulu mu kukuuma emirembe ne Katonda kwe kuba nti tetuba na kisenge kya bibi. Adamu yalina okwekweka mu maaso ga Katonda olw'okuba yajeemera ekigambo kya Katonda n'alya ekibala kye baamugaana (Olubereberye 3:8). Edda, Yalinga kumpi nnyo ne Katonda, naye kati okubeerawo kwa Katonda kwamuleetamu okutya n'okumwesamba. Kyali bwe kityo lwakuba emirembe wakati we ne Katonda gyali giweddewo olw'ekibi.

Kye kimu n'eri ffe. Bwe tutambulira mu mazima, tusobola okubeera mu miremba ne Katonda era nga tetulina kitutiisa kulabikira mu maaso ga Katonda. Kituufu, okusobola okubeera n'emirembe emijjuvu era emirembe egituukiridde, tulina okweggyako ebibi byonna n'obubi mu mitima gyaffe olwo tufuuke abatukuziddwa. Naye ne bwe tuba tetunatuukirira, kasita tunyiikira okutambulira mu mazima mu kigera okukkiriza kwaffe, tusobola okubeera mu mirembe ne Katonda. Tetusobola kubeera na mirembe gituukiridde okuviira ddala ku ntandikwa, naye tusobola okubeera n'emirembe ne Katonda bwe tugezaako okugoberera emirembe Naye mu kigera ky'okukkiriza kwaffe. Ne bwe tugezaako okubeera n'emirembe n'abantu, tulina okusooka okunoonya emirembe ne Katonda okusooka. Wadde tulina okunoonya emirembe ne bakadde baffe, n'abaana baffe, abaagalwa baffe, mikwano gyaffe, ne betukola n'abo, tetulina kukola kintu kyonna ekikontana n'amazima. Kwe kugamba, tetulina kumalawo mirembe wakati waffe ne Katonda nga tugoberera emirembe n'abantu.

Eky'okulabirako, watya ne tuvunnamira ebifaananyi oba ne tutasa kitiibwa mu Lunaku lwa Mukama okusobola okuba n'emirembe n'ab'eng'anda zaffe abatakkiriza? Kirabikanga nti tujja kubeera n'emirembe gy'akaseera, naye nga amazima gali nti tumenyeewo emirembe gye tubadde n'agyo ne Katonda nga tuteekawo ekisenge eky'ebibi wakati waffe ne Katonda. Tetusobola kw'onoona okusobola okuba n'emirembe n'abantu. Era, bwe tutateeka kitiibwa mu Lunaku lwa Mukama olw'okuba tulina embaga ey'okugendako ey'ewaka oba eya mukwano gwo, kubeera kumalawo mirembe ne Katonda, kyokka nga, tetusobola na kubeera ne ddembe ery'anama ddala n'abantu abo.

Ffe okusobola okubeera n'emirembe n'abantu, tulina okusooka okusanyusa Katonda. Olwo nno, Katonda ajja kugobawo omulabe Setaani era akyuse emitima gy'abantu ababi ne tusobola okubeera mu mirembe n'abantu bonna. Engero 16:7 wagamba, *"Amakubo ag'omuntu bwe gasanyusa MUKAMA, Atabaganya naye era n'abalabe be."*

Kituufu, omuntu asobola okubeera nga buli ssaawa amalawo

emirembe wakati wo naye, wadde gwe ogezaako nga bw'osobola mu mazima okukuuma emirembe. Mu mbeera ng'eyo, bwe tutambulira mu mazima okutuuka ku nkomerero, Katonda buli kimu ajja ku kikola ku lw'obulungi bwa buli kimu. Bwe kityo bwe kyali ne ku Dawudi ne Kabaka Sawulo. Olw'obuggya Kabaka Sawulo yagezaako okutta Dawudi, naye Dawudi yamuyisa na bulungi okutuuka ku nkomerero. Dawudi yalina emirundi egiwera gye yali ayinza okukozesa okutta Sawulo, naye yasalawo okunoonya emirembe ng'agoberera obulungi. Era ekyavaamu, Katonda yaganya Dawudi okutuula ku ntebe okusasula ebikolwa bye eby'obulungi.

Eky'okubiri, Tulina okuba n'emirembe muffe.

Okusobola okuba mu mirembe munda mu ffe, tulina okweggyako buli kika kya bubi era tufuuke abatukuziddwa. Bwe tuba nga tulina obubi mu mitima gyaffe, obubi bwaffe bujja kusiikuulwa okusinziira ku mbeera ez'enjawulo, era n'olwekyo emirembe gijja kuggwaawo. Tuyinza okulowooza tulina emirembe ebintu nga bitambula bulungi nga bwe twabisuubira, naye emirembe giggwaawo ebintu bwe bitabeera birungi era n'ekikosa obubi obuli munda mu mutima. Obukyayi oba obusungu bwe bibimba mu mitima gyaffe, nga kibuzaako emirembe! Naye tuyinza okubeera n'emirembe mu mutima, embeera ne bw'ebeera etya, bwe tugenda mu maaso n'okulondawo amazima.

Wabula, abantu abamu, tebalina mirembe egy'anamaddala mu mitima gyabwe wadde nga bagezaako okutambulira mu mazima okusobola okubeera mu mirembe ne Katonda. kiri bwe kityo lwakuba batambulira mu bbo kye bayita-obutuukirivu ne kye balowooza nti kye kituufu.

Eky'okulabirako, abantu tebalina mirembe kubanga basibiddwa nnyo Ekigambo kya Katonda. Nga bw'olaba Yobu nga tannayita mu kugezesebwa, basaba nnyo era ne bagezaako okutambulira mu Kigambo kya Katonda, naye ebintu bino tebabikola olw'okwagala Katonda. Batambulira mu Kigambo kya Katonda nga batya ebibonerezo ebiyinza okubagira okuva ewa Katonda. Era bwe babeerako bwe bajeemera amazima, batya nnyo nga batya nti ekiyinza okukivaamu kiyinza obutaba kirungi.

Mu mbeera ng'eyo, emitima gyabwe nga girumwa wadde nga banyiikira okutambulira mu mazima! Kale, okukula kwabwe okw'omwoyo kukoma oba bafiirwa essanyu lyabwe. Anti, babeera babonaabona olwa bbo kye bayita obutuukirivu n'ebyo bye balowooza nti bye bituufu. Mu mbeera eno, mu kifo ky'okufuba ennyo obutamenya mateeka, balina okugezaako okuteekateeka okwagala ku lwa Katonda. Omuntu asobola okweyagalira mu mirembe egy'annama ddala bw'aba ayagala Katonda n'omutima gwe gwonna era n'ategeera okwagala kwa Katonda.

Eky'okulabirako ekirala kikino. Abantu abamu tebalina mirembe mu bbo olw'okulowooza nti tebijja kutambula bulungi. Bagezaako okutambulira mu mazima, naye beesalira omusango era ne bereetera obulumi mu mutima gwabwe ebivuddemu bwe bitaba nga bwe baali bagala. Bawulira bubi mu maaso ga Katonda era ne baggwaamu amaanyi nga balowooza bingi ebibabulako. Babulwako emirembe nga balowooza, 'Watya ng'abantu abaneetoolodde mbamazeemu amaanyi? Watya bonna ne bandekawo?'

Abantu ng'abo balina okufuuka abaana ab'omwoyo. Okulowooza kw'abaana abakkiririza mu kwagala kw'abazadde baabwe kwangu. Wadde bakoze ensobi, tebeekweka ku bazadde baabwe, wabula bagenda mu kifuba ky'omuzadde nga bagamba bajja kulongoosaamu. Bwe basaba okusonyiyibwa era nti bajja kulongoosaamu n'amaaso ag'esigika, kijja kuleetera omuzadde okumwenya ne bw'abeera abadde agenda ku mukangavvula.

Kale, tolina kugamba bugambi nti ojja kulongoosaamu buli ssaawa nga bw'ogenda mu maaso n'okukola ensobi y'emu. Bw'oba nga ddala oyagala okukyuka okuva mu bibi era olongooseemu oluddako, lwaki Katonda akuggyako amaaso? Abo abeenenyeza ddala tebaggwaamu maanyi olw'abantu abalala. Kale, basobola okufuna ekibonerezo oba okuteekebwa mu kifo ekya wansi okumala akaseera okusinziira ku bwenkanya. Wabula wadde guli gutyo, bwe babeera bakkiririza mu kwagala kwa Katonda gye bali, bajja kukkiriza n'okwagala ekibonerezo kya Katonda era tebafa ku bantu abalala kye balowooza oba kye boogera.

Okwawukana kw'ekyo, Katonda tasanyuka bwe bagenda mu maaso n'okubuusabuusa, nga balowooza nti tebaasonyiyibwa bibi byabwe. Bwe babeera nga beenenyereza ddala era ne bakyuka okuleka ebibi byabwe, kisanyusa mu maaso ga Katonda okulowooza nti baasonyiyibwa. Wadde ng'okusoomoozebwa kwabwe kuvudde ku nsobi yaabwe, kujja kufuuka emikisa bwe banakkiriza mu ssanyu n'okwebaza.

N'olwekyo, tulina okukkiriza nti Katonda atwagala ne bwe tuba nga tetunatuukirira, Ajja kututuukiriza bwe tugenda mu maaso okugezaako okukyuka. Era, bwe tuba tusiddwa mu bigezo, tulina okwesiga Katonda ajja okutuyimusa nate. Tetulina kubulwa bugumiikiriza nga tuyaayaana abantu okututegeera. Bwe tugenda mu maaso n'okukuuma omutima ogw'amazima n'ebikolwa, tusobola okubeera n'emirembe mu ffe nga bwe tuli n'abavumu mu mwoyo.

Eky'okusatu, Tulina okubeera n'emirembe na buli omu.
Okusobola okunoonya emirembe na buli omu, tulina okuba nga tusobola okwewaayo. Tulina okwewaayo ku lw'abalala, okutuuka ne ku ssa ery'okuwaayo obulamu bwaffe. Pawulo yagamba nti, "Nfa bulijjo," era nga bwe yagamba, Tetulina kulemera ku bintu byaffe, ku ndowooza zaffe, oba kw'ebyo bye twagala okusobola okubeera n'emirembe n'abalala.

Okubeera n'emirembe, tetulina kweyisa mu ngeri etasaana oba okwemanya n'okwewaana. Tulina okwetoowaza okuva mu mutima n'okuyimusa abalala. Tetulina kubeeramu ne kyekubiira, era mu kiseera kye kimu, tulina okuba nga twetegesa okukkiriza engeri ez'enjawulo, kwe kugamba, bwe kiba nga kiri mu mazima. Tetulina kulowooza n'ekigero ky'okukkiriza kwaffe wabula okusinziira ku ngeri abantu gye balabamu ebintu. Wadde endowooza yaffe ntuufu, oba nga yesingako, tulina okuba nga tusobola okugoberera endowooza z'abalala.

Wabula tekitegeeza nti, tulina okubaleka ne bakola kye bagala era bagende gye bagala wadde ng'abantu abo bakutte ekkubo ery'okuzikirira nga bakola ebibi. Wadde okwekkiriranya n'abo oba okubeegattako mu kukola agatali mazima. Olumu tulina okubawa amagezi oba okubawabula mu kwagala. Tusobola okufuna emikisa egy'amaanyi bwe tunoonya emirembe n'amazima.

Ekiddako, okuba n'eddembe na buli omu tetulina kulemera ku kye tuyita obutuukirivu n'ebyo bye tulowooza nti bye bituufu. 'Bye tulowooza nti g'emazima' bye byo omuntu bwatwala nti bye bituufu okusinziira ku ngeri gye yeeyisa, ng'alowooza nti yekkirizibwa era yentuufu. 'Bye tuyita obutuukirivu' wano omuntu kwe kwagala okukaka abalala okukkiririza mu ndowooza ye, mu by'akkiririzaamu ng'alowooza nti bye bisingayo. Omuntu byalowooza nti bwe butuukirivu oba amazima biragibwa mu ngeri zanjawulo mu bulamu bwaffe.

Watya omuntu n'amenya ebiragiro by'ekitongole okusobola okulaga nti byakola bye bituufu nga bwalowooza nti ebiragiro bikyamu? Ayinza okulowooza nti kyakola kye kituufu, naye nga ddala mukama we, ne bakola n'abo si bwe bayinza okulowooza. Era, kikwatagana n'amazima okugoberera endowooza z'abalala kasita tegaba gatali mazima.

Buli muntu alina eneeyisa eyiye kubanga buli omu yakuzibwa mu kitundu kya njawulo. Buli omu asomye bibye era buli omu alina ekigero ky'okukkiriza kikye. Kale, buli muntu alina ekipimo kyakozesa okupima ekituufu n'ekikyamu oba ekirungi n'ekibi. Omuntu omu ayinza okulowooza nti ekintu kituufu ng'ate omulala alowooza nti kikyamu.

Katwogere ku nkolagana wakati w'omwami n'omukyala ng'eky'okulabirako. Omwami ayagala ennyumba nga ntegeke bulungi, naye omukyala takikola. Omwami n'akigumira kuntandikwa kubanga akyamwagala nnyo era n'abeera nga yayonja. Naye kino bwe kigenda kyeyongera mu maaso, akoowa. N'atandika okulowooza nti mukyala we tebaamukuza bulungi. Neyeewunya engeri gy'atasobola kukola ebintu ebimu ebyangu ennyoera nga birina okukolebwa. Takitegeera lwaki emize gye tagikyusa wadde nga wayise emyaka mingi, ate ng'abeera amugambako.

Kyokka ku ludda olulala, n'omukyala naye alina eky'okuddamu. Mukyala we endowooza y'omwami temusanyusa era alowooza, 'Siriiwo kuyonja buyonja na kukola mirimu gy'a waka. Olumu bwe mba sisobodde kuyonja, alina okukyekolera. Lwaki akiyombera nnyo? Edda nga talina buzibu kukola ekintu kyonna, naye kati n'obuntu obutono ng'obwo bumuyombya. Kati atandise n'okugamba nti bankuza bubi!' Buli omu bw'akalambira ku ndowooza ye ne ky'ayagala, tebasobola kubeera mu mirembe. Emirembe gisobola okubeerawo singa omu alowooza ku ndowooza ya munne era ne bayambagana, era nga ebintu tebabiraba okusinziira ku ndowooza yaabwe.

Yesu yatugamba nti, nga tetunawaayo biweebwayo byaffe eri Katonda, bwe tuba n'ekitusumbuwa ku omu ku muganda waffe, tulina okusooka okutabagana naye olwo ne tulyoka tugenda okuwaayo (Matayo 5:23-24). Ebiweebwayo byaffe bijja kukkirizibwa singa tumaze kubeera na mirembe n'ow'oluganda oyo olwo ne tulyoke tuwaayo ekiweebwayo.

Abo abalina emirembe ne Katonda ne munda mu bo nga balina emirembe tebajja kumalawo mirembe wakati waabwe n'abalala. Tebasobola kuyomba na muntu yenna kubanga bateekwa okuba baasuula dda eri omululu, okwemanya, amalala, n'okulowooza nti ebyabwe by'eby'obutuukirivu era ge mazima. Wadde abalala babi era nga batankuula entalo, abantu bano bajja kwewaayo ku lwabwe okusobola okuleeta emirembe.

Ebigambo ebirungi bikulu nnyo

Waliwo ebintu biwerako bye tulina okulowoozaako bwe tugezaako okunoonya emirembe. Kikulu nnyo okwogera ebigambo ebirungi okusobola okukuuma emirembe. Engero 16:24 wagamba, *"Ebigambo ebisanyusa bisenge bya njuki, biwoomera emmeeme, era bwe bulamu eri amagumba."* Ebigambo ebirungi biwa amaanyi n'obuvumu eri abo abaweddemu amaanyi. Bisobola okufuuka eddagala eddungi okuzuukiza emyoyo egifa.

So nga, ebigambo ebibi bimalawo emirembe. Yerobowaamu, mutabani wa Kabaka Sulemani, bwe yalinnya ku ntebe, abantu b'ebika ekkumi ne basaba kabaka okubakendeereza ku mirimu nga giyitiridde obunene. Kabaka n'addamu n'abagamba nti, *"Kitange yafuulanga ekikoligo kyammwe ekizito, naye nze naayongerangako, kitange yabakangavvulanga na nkoba, naye nze naabakangavvulanga na njaba ez'obusagwa"* (2 Eby'omumirembe 10:14). Olw'ebigambo bino, kabaka n'abantu baali tebakyakwatagana, ekyaviirako ensi okwawukanamu emirundi ebiri.

Olulimu lw'omuntu kantu katono nnyo ku mubiri gwe, naye kalina amaanyi mangi. Lulinga akaliro akatono akavaamu omuliro omungi ennyo oguyinza okw'onoona ebintu ebingi singa guba teguzikiziddwa. Olw'ensonga eno Yakobo 3:6 wagamba, *"N'olulimi muliro, ensi ey'obubi mu bitundu byaffe lwe lulimi olwonoona omubiri gwonna, era olukoleeza nnamuziga w'ebitonde byonna, era olukoleezebwa Ggeyeena."* Ne mu, Ngero 18:21 wagamba, *"Okufa n'obulamu biba mu buyinza bw'olulimi, n'abo abalwagala balirya ebibala byalwo."*

Naddala, bw'oyogera ebigambo eby'obukyayi oba okwemulugunya olw'enjawukana mu ndowooza, mubaamu obukyaayi, era n'olwekyo, omulyolyomi setaani n'abikozesa okulumiriza omuntu. Era, okutereka okwemulugunya n'obukyayi munda kirala n'okubifulumya ng'ebigambo n'ebikolwa nakyo kyanjawulo. Okutereka akakebe ka bwiino mu nsawo kirala, naye okukasumulula n'okuyiwa bwiino nakyo kirala. Bw'omuyiwa, ajja kuddugaza abantu abakwetoolodde naawe wennyini.

Mu ngeri y'emu, bw'okola omulimu gwa Katonda, oyinza okwemulugunya olw'okuba waliwo ebintu ebitakwatagana na ndowooza zo. Kati awo, abantu abamu abakkiriziganya ne ndowooza yo bajja kwogera mu ngeri y'emu. Abantu bwe bawera babiri oba basatu, lifuuka ekkung'aniro lya Setaani. Emirembe gijja kugwawo mu kanisa era okukula kwe kanisa nga kulekerawo. N'olwekyo, bulijjo tulina okulaba, okuwulira, n'okwogera ebintu ebirungi byokka (Abaefeeso 4:29). Tetulina na kuwulira bigambo ebitali by'amazima oba bulungi.

Lowooza mu ngeri ey'amagezi nga weeteeka mu ngato z'abalala

Eky'okubiri kye tulina okulowoozaako y'embeera nga tolina bukyayi bwonna eri omuntu yenna, naye waliwo omuntu akubuzaako emirembe. Wano, olina okulowooza oba nga ddala ekizibu kiri ku muntu oyo oba gwe. Olumu, gwe oyinza okuba nga ovaako obuzibu abalala okukumalako emirembe, nga tokimanyi.

Oyinza okuba nga okosa abalala olw'ebyo by'otafaako oba olw'ebigambo ebitali by'amagezi ne neeyisa. Mu mbeera ng'eno, naye bw'ogenda mu maaso ng'olowooza nti tolina bukyaayi bwonna eri omuntu omulala munda mu ggwe, tosobola kubeera na mirembe na muntu oyo oba gwe okusobola okwezuula ekyandikuyambyeko okukyuka. Olina okuba ng'osobola okwekebera oba nga ddala oli mutabaganya ne mu maaso g'omuntu omulala.

Omukulembeze ayinza okulowooza, nti akuuma emirembe so ng'ate abakozi be bayinza okuba nga bakaluubirirwa. Tebasobola kuvaayo kw'ogera mu lwatu nga bwe bawulira eri ababasingako. Babeera bakigumira ne kibeera nga kibakosa munda.

Waliwo ekyabaawo ku Katikkiro eyayatiikirira ennyo Hwang Hee mu bwakabaka bwa Chosun. Yalaba omulimi ayali asambula ennimiro ye ng'akozesa ente bbiri. Katikkiro n'abuuza omulimi mu ddoboozi erya waggulu, "Ku nte zombi eriwa esinga okukozesa amaanyi?" Omulimi n'akwata katikkiro n'amuza ebbali. N'amukuba akaama mu kutu, "Enzirugavu olumu enafuwa, naye eya kyenvu ekola nnyo." Hwang Hee n'abuuza nga bwasekamu "Lwaki onzizizza ku bbali okunkuba akaama ng'oyogera ku nte?" Omulimi n'addamu, "N'ebisolo tebisanyuka nga tubyogerako bubi." Kigambibwa nti awo Hwang Hee n'ategeera obutafaayo bwe mu bitu ebimu.

Watya singa ente zaategeera omulimi kye yayogera? Ente eyakyenvu yandiwulidde nga ya waggulu, ate yo enzirugavu yandikwatiddwa eya kyenvu obuggya okugireetera obuzibu oba yandiweddemu amaanyi n'eyongera n'okunafuwa.

Okuva mu lugero luno, tusobola okuyiga okulowooza ne ku bisolo, era tulina okwegenderezwa obutamala googera bigambo oba okukola ebyo ebirimu kyekubiira. Awali okwekubiira, wabeerawo obuggya n'okwemanya. Eky'okulabirako, bw'otenderezaako omuntu omu mu maaso g'abantu abangi, oba bw'onenyaako omuntu omu mu maaso g'abantu abangi, olwo obeera otandise okuteekawo embeera egy'okuvaako obukuubagano. Olina okwegendereza era obeere mugezi obutaleetawo mitawaana gya kika ekyo.

Era, waliwo abantu ababonaabona olw'okuba Bakama baabwe baabasosola, nga baliko abalala bebagala, kyokka nabo bennyini bwe bafuuka abakulira abalala, babeerako abantu bebakyawa n'okwagala. Naye tukimanyi nti bw'oba wayita mu kuyisibwa obubi kuno, olina okuba omwegendereza mu by'oyogera n'engeri gye weeyisaamu okusobola obutamalaawo mirembe.

Emirembe egya ddala mu mitima

Ekintu ekirala ky'olina okulowoozaako ng'otuukiriza emirembe kwe kuba nti emirembe emituufu girina okutuukirizibwa mu mutima munda. Kubanga n'abo abatalina mirembe ne Katonda oba emirembe mu bbo basobola okubaako bwe babeera mu mirembe n'abantu abalala. Abakkiriza bangi batera okuwulira nti tebalina kumalako balala mirembe, kale bagezaako okwefuga n'obutakuubagana n'abalala abalina endowooza ezawukana ku zaabwe. Naye obutaba na kukubagana kwa kungulu tekitegeeza nti ositudde ekibala eky'emirembe. Ekibala eky'Omwoyo kisitulwa si kungulu kwokka wabula ne mu mutima munda.

Eky'okulabirako, omuntu omu bw'atakuweereza oba okukufaako, owulira bubi, naye oyinza obutakiraga kungulu. Oyinza okulowooza nti 'Nnina okwongera okuba omugumiikiriza!'

era n'ogezzaako okwekuba ku muntu oyo. Naye watya ekintu kye kimu ne kiddamu?

Olwo nno, oyinza okuweza obukyayi. Oyinza obutabulaga butereevu ng'olowooza nti bajja kukuyisaamu amaaso, naye oyinza okukolokota omuntu oyo emabega we. Oyinza okubaako bw'olaga okuyigganyizibwa. Olumu, totegeera balala era ekyo ne kikulemesa okubeera n'abo mu mirembe. Osirika busirisi ng'otya nti muyinza okuyomba bw'ogezaako okukaayana. Olekerawo okwogera n'omuntu oyo nga bw'omunyooma ng'olowooza, 'Mubi nnyo ate yeemanyi sisobola kwogera naye.'

Mu ngeri eno, emirembe togimalaawo kungulu, so ngate towulira bulungi eri omuntu oyo. Tokkiriziganya na ndowooza ze, oyinza n'okuwulira nga toyagala kumusemberera. Oyinza n'okumwemulugunyaako ng'oyogera ensobi ze eri abalala. Oyogera bw'owulira ng'ogamba nti, "Wabula omuntu oyo mubi nnyo. Muntu ki ayinza okumutegeera ne kye yakoze! Naye olw'okweyisa obulungi, mugumiikiriza." Kale kituufu, kisingako obutamalaawo mirembe mu ngeri eno okusinga okumalawo emirembe obutereevu.

Naye okusobola okuba n'emirembe gye nnyini, olina okufa kubalala okuva mu mutima gwo. Tolina kutereka bintu nga bukyayi kyokka ng'oyagala bakufeeko. Olina okuba ng'oyagala okuweereza abalala n'okunoonya ebyabwe.

Tolina kumwenya kungulu so nga munda oli mu kukolokota. Olina okutegeera abalala nga weeteeka mu ngato zaabwe. Olwo lwokka Omwoyo Omutukuvu lwajja okukola. Era ne bwe babeera nga beenoonyeza byabwe, emitima gyabwe gijja kukwatibwako era bakyuse. Buli omu aliwo bwabeera n'ensobi, buli omu ajja kukitwala nti omusango gusinze ye. Era ekinaavaamu, buli muntu ajja kubeera n'emirembe gye nnyini era babeera nga basobola okugabana emitima gyabwe.

Emikisa gy'abatabaganya

Abo abalina emirembe ne Katonda, ne mu bo bennyini, wamu n'eri buli omu, balina obuyinza okugobawo ekizikiza. Kale, basobola okutuukiriza emirembe we babeera bali. Nga bwe kyawandiikibwa mu Matayo 5:9, *"Balina omukisa abatabaganya, kubanga abo baliyitibwa baana ba Katonda,"* balina obuyinza bw'abaana ba Katonda, obuyinza obw'ekitangaala.

Eky'okulabirako, bw'oba omukulembeze w'ekkanisa, osobola okuyamba abakkiriza okubala ekibala eky'emirembe. Kwe kugamba, osobola okubawa Ekigambo eky'amazima ekirina obuyinza n'amaanyi, kale ne basobola okulekayo ebibi byabwe era ne bakutula ebyo bye batwala nti bwe butuukirivu oba ge mazima. Ekkung'aniro lya Setaani bwe likolebwa eritabulatabula abantu, osobola okulikutula n'amaanyi g'ekigambo kyo. Mu ngeri eno, osobola okuleeta emirembe mu bantu ab'enjawulo.

Yokaana 12:24 wagamba, *"Ddala, ddala mbagamba nti, empeke y'eng'ano bw'etegwa mu ttaka n'efa, ebeerera awo yokka, naye bw'efa, ebala emmere nnyingi."* Yesu yeewaayo era n'afa nga ng'empeke y'eng'ano era n'azaala ebibala ebitabalika. Yasonyiwa ebibi by'emyoyo egitabalika egyali gifa era n'abaganya okubeera n'emirembe ne Katonda. Era ekyavaamu, Mukama yennyini yafuuka Kabaka wa bakabaka era Mukama wa bakama n'afuna ekitiibwa n'obuyinza ebisingayo.

Tusobola okufuna amakungula mangi singa twewaayo.

Katonda Kitaffe ayagala abaana Be okwewaayo 'b'afe ng'empeke ye ng'ano' okubala ebibala ebingi nga Yesu bwe yakola. Yesu era yagamba mu Yokaana 15:8, *"Mu kino Kitange agulumizibwa, mubalenga ebibala bingi, era munaabanga abayigirizwa bange."* Nga bwe kyogeddwa, katugoberere okuyaayaana okw'Omwoyo Omutukuvu okusobola okubala ekibala eky'emirembe n'okulung'amya emyoyo mingi eri ekkubo ery'obulokozi.

Abaebbulaniya 12:14 wagamba, *"Mugobererenga emirembe eri abantu bonna, n'obutuukuvu, awatali obwo siwali aliraba Mukama."* Wadde nga oli mutuufu ddala, abalala bwe babeera tebateredde ku lulwo era nga waliwo n'enkaayana, si kituufu mu maaso ga Katonda, N'olwekyo, olina okwetunulamu. Olwo nno, osobola okufuuka omuntu omutukuvu atalina kika kya bubi era asobola okulaba Mukama. Mu kukola kino, nsuubira nti ojja kweyagalira mu buyinza obw'omwoyo ku nsi kuno nga oyitibwa omwana wa Katonda, era ofune ekifo eky'ekitiibwa mu Ggulu gy'osobola okulabira Mukama ekiseera kyonna.

Yakobo 1:4

"Era omulimu gw'okugumiikiriza gutuukirirenga, mulyoke mubeere abaatuukirira, abalina byonna, abataweebuuka mu kigambo kyonna."

Ku Biri Ng'ebyo Tewali Mateeka

Essuula 5

Obugumiikiriza

Obugumiikiriza obuteetaaga kugumiikiriza
Ekibala eky'obugumiikiriza
Obugumiikiriza obwa ba taata ab'okukkiriza
Obugumiikiriza okugenda mu bwakabaka obw'omu ggulu

Obugumiikiriza

Emirundi mingi kirabikanga nti essanyu mu bulamu lisinziira ku kuba nti oba tusobola okubeera abagumiikiriza oba nedda. Wakati w'abazadde n'abaana saako abaami n'abakyala, wakati w'ab'oluganda abava mu bazadde abamu n'emikwano, abantu bakola ebintu bye bajja okwejjusa ennyo olw'okuba si bagumiikiriza. Okukola obulungi oba obubi mu kusoma kwaffe, ku mirimu, oba bizinensi bisobola okuba nga byesigamiziddwa ku bugumiikiriza bwaffe. Obugumiikiriza kintu kikulu nnyo mu bulamu bwaffe.

Obugumiikiriza obw'omwoyo n'ekyo ekirowoozebwa abantu ab'ensi nti bugumiikiriza bya njawulo ddala. Abantu mu nsi eno baguma mu bugumiikiriza, naye obugumiikiriza obwo bwa mubiri. Bwe babeera balina obukyaayi, bagezaako nnyo okubusibira munda mu bo. Basobola okuluma amannyo gaabwe oba ne balekayo okulya. Era ekivaamu bye bizibu by'okwerariikirira oba okunyiikaala. Kyokka nga bagamba nti abantu ng'abo abasobola okutereka bye bawulira munda mu bo balaga obugumiikiriza obw'ekitalo. Naye kuno si kugumiikiriza kwa mwoyo wadde.

Obugumiikiriza obuteetaaga kugumiikiriza

Obugumiikiriza obw'omwoyo si kwekugumiikiriza n'obubi wabula kwe kugumiikiriza n'obulungi. Bw'ogumiikiriza n'obulungi, osobola okuwangula ebizibu n'okwebaza saako essuubi. Kino kijja kuvaako okuba n'omutima omunene. Okwawukana kw'ekyo, bw'oba mugumiikiriza n'obubi, obubi bw'owulira munda bujja kuwera era omutima gwo gujja kwongera okuguma.

Katugambe waliwo omuntu akuvuma n'okuwemula ng'akuleetera obulumi awatali nsonga yonna. Oyinza okuwulira ng'ayisiddwamu amaaso era n'owulira ng'atayagalibwa, naye osobola okukigumira ng'olowooza nti olina okubeera omugumiikiriza okusinziira ku Kigambo kya Katonda. Naye n'omyuka amaaso, okussa kwo ne kukyuka ng'osiza kumu kumu, n'oluma n'ogwengulu nga bw'ogezaako okufuga ebirowoozo byo ne ky'owulira. Bw'otereka by'owulira munda mu ngeri eno, bisobola okufubutukayo mu dda ate ne kiba kibi nnyo. Obugumiikiriza obw'ekika ekyo si bwa mwoyo.

Bw'oba n'obugumiikiriza obw'omwoyo, omutima gwo tegujja kusiikuulwa kintu kyonna. Ne bwe babeera bakuwaayirizza ekintu ky'otakoze, ogezaako okuganya abantu abalala obuteerariikirira nga balowooza nti oba baakitegedde bubi. Bw'oba n'omutima ogw'ekika ekyo, tojja kwetaaga 'kuguma' oba 'okusonyiwa' omuntu yenna. Kankuwe eky'okulabirako ekyangu.

Mu kiro ekinyogovu mu budde obw'obutiti, waliwo ennyumba eyasigaza amataala nga gaaka okutuuka eyo mu mattumbi. Omwana mu nnyumba yalina omusujja ng'okwokya kwe kwambuse nnyo. Kitaawe w'omwana n'annyika essaati ye mu mazzi aganyogoga era n'asitula omwana. Taata bwe yayisa ekiwero ekinyogoga ku mwana kyamukanga era n'atakyagala. Naye omwana yakakkana mu mikono gya kitaawe, wadde ng'ekiwero kyasooka kumunyogoogerera.

Essaati bwe yabuguma olw'omusujja gw'omwana, nga taata addamu n'aginnyika mu mazzi agannyogoga. Taata yalina okunnyika essaati eno n'okugiyisa ku mwana enfunda eziwera okutuuka obudde we bwakerera. Naye teyalabika ng'akooye. Wabula amaaso ge gaali gajjudde okwagala eri omwana we eyali yeebase mu bukuumi bw'emikono gye. Wadde yali teyeebase ekiro kyonna, teyeemulugunya olw'enjala oba obukoowu. Teyalina budde bwakulowooza ku mubiri gwe ye. Ebirowoozo bye byonna byali ku mwana era ng'alowooza ku ngeri omwana we gyamuyamba okutereera. Era omwana bwe yatereeramu, teyalowooza ku kufuba kwe yali ayiseemu. Bwe twagala omuntu, ddala tuba tusobola okugumira ebizibu n'okukola ennyo, era n'olwekyo, tetujja kwetaaga kugumiikiriza mu kintu kyonna. Gano ge makulu ag'omwoyo 'ag'obugumiikiriza'.

Ekibala eky'obugumiikiriza

Tusobola okusanga 'obugumiikiriza' mu 1 Bakkolinso essuula 13, "Essuula Ey'okwagala", era nga buno bwe bugumiikiriza okuteekateeka okwagala. Eky'okulabirako, wagamba nti okwagala tekwenoonyeza byakwo. Ffe okusobola okwerekereza bye twagala ne tunoonya ebiganyula abalala okusooka okusinziira ku kigambo kino, tujja kusisinkana embeera etwetaaza okugumiikiriza. Obugumiikiriza mu "Ssuuula ey'okwagala" bwe bugumiikiriza okuteekateeka okwagala.

Naye obugumiikiriza ng'ekimu ku bibala eby'Omwoyo Omutukuvu kwe kugumiikiriza mu buli kimu. Okugumiikiriza kuno kuli ku ddaala erya waggulu okusinga okugumiikiriza okwogerwako mu kwagala okw'omwoyo. Wabaawo obuzibu bwe tugezaako okutuuka ku kiruubirirwa, oba kya bwakabaka bwa Katonda oba okwetukuza ffe. Wajja kubaawo okukungubaga n'okufuba nga tukozesa amaanyi gaffe gonna. Naye tuyinza okuguma mu bugumiikiriza n'okukkiriza saako okwagala kubanga tulina essuubi ery'okukungula ebibala. Okugumiikiriza okw'ekika kino, kwe kugumiikiriza ng'ekimu ku bibala eby'Omwoyo Omutukuvu. Okugumiikiriza kuno kulimu emirundi essatu.

Ogusooka, kwe kugumikiriza okukyusa emitima gyaffe.
Obubi gye bukoma okubeera mu mutima gwaffe, gye tukoma okuzibuwalirwa okuba abagumiikiriza. Bwe tuba n'obusungu obungi, okwemanya, okweyagaliza, okulowooza nti ffe batuukirivu nti era ebiffe ge mazima, tujja kunyiiga era tube n'obukyaayi obuyinza okwambuka ne mu buntu obutono.

Waaliwo memba w'ekkanisa eyali afuna ensimbi eziri eyo mu ddoola za Amerika 15,000 buli mwezi, kyokka waaliwo omwezi ensimbi ze bwe zaakendeerera ddala okusinga ku zaafuna bulijjo. Bwatyo ne yeemulugunya ku Katonda. Mu dda, yeenenya ng'agamba nti yali tasiima n'ensimbi ezo ennyingi ze yafunanga kubanga yalina omululu mu mutima gwe.

Tulina okusiima buli kimu Katonda kyatuwadde, wadde tetukola nsimbi nnyingi. Olwo nno omululu tegujje mu mutima gwaffe era tujja kusobola okufuna emikisa gya Katonda.

Naye nga gye tukoma okweggyako obubi era ne tufuuka abatukuziddwa, kigenda kitufuukira kyangu ffe okugumiikiriza. Tusobola okuguma mpolampola ne mu mbeera enzibu. Tusobola okutegeera amangu abantu era ne tubasonyiwa nga tetulina kye tuterese munda mu ffe.

Lukka 8:15 wagamba, *"N'ezo ez'omu ttaka eddungi, abo be bawulira ekigambo mu mutima omugolokofu, omulungi, ne bakinyweza, ne babala emmere n'okugumiikiriza."* Kwe kugamba, abo abalina emitima emirungi ng'ettaka eddungi, basobola okubeera abagumiikiriza okutuuka lwe babala ebibala ebirungi. Wabula tuba tukyetaaga okuguma era tulina okwongeramu amaanyi okusobola okukyusa emitima gyaffe okufuuka ettaka eddungi. Obulongoofu tebumala gatuukikako olw'okuba tuyaayaana okubufuna. Tulina okugondera amazima nga tunyiikira okusaba n'emitima gyaffe gyonna saako okusiiba. Tulina okulekayo bye twayagalanga ennyo, era ekintu bwe kiba tekituganyula mu mwoyo, tulina okukyeggyako. Tetulina kukoma wakati oba okubiviirako ddala olw'okuba ogezezzaako enfunda eziwera. Okutuuka lwe tukungula ekibala eky'obutukuvu mu bujjuvu, era okutuuka nga tutuuse ku kiruubirirwa kyaffe, tulina okukola buli ekisoboka nga twegendereza n'okutambulira mu Kigambo kya Katonda.

Ekiruubirirwa ky'okukkiriza kwaffe ekisingirayo ddala kwe kutuuka mu bwakabaka obw'omu ggulu, naddala, ekifo eky'okubeeramu ekisingayo obulungi, Yerusaalemu Ekiggya. Tulina okweyongerayo nga tunyiikira n'okugumiikiriza okutuuka lwe tulituuka gye tulaga.

Naye olumu, tulaba embeera ng'abantu basala mpola ku misinde kwe batukuliza emitima gyabwe so nga bamaze ebbanga nga banyiikira okutambulira mu bulamu obw'ekikristaayo.

Basuula eri 'emirimu gy'omubiri' mangu kubanga bye bibi ebirabibwa ku ngulu. Naye olw'okuba 'ebintu by'omubiri' tebirabibwa kungulu, obwangu bwe bakozesa okubisuula bugenda bukendeera. Bwe bazuula agatali mazima mu bbo, basaba nnyo okusobola okugasuula eri, naye ate bakyerabira nga wayiseewo ennaku ntono. Bw'oba ng'oyagala okukuula omuddo gwonna okugumalawo, togyaako bikoola byokka, wabula olina okukulayo omulandira gwagwo. Etteeka lino likwatagana bulungi n'embala ey'omubiri. Olina okusaba n'okukyusa omutima gwo okutuuka ku nkomerero, okutuusa ng'osiguddeyo ekikolo ky'embala y'ekibi.

Bwe nnali nkyali muggya mu kukkiriza, nnasaba okweggyako ebibi ebimu, kubanga n'ategeera nga nsoma Bayibuli nti Katonda akyawa ebyo ebituviirako okwonoona gamba nga obukyayi, obusungu, n'okwemanya. N'afuba okukyusa endowooza yange ku ngeri gye ndabamu ebintu. Nnali sisobola kweggyako bukyayi n'obubi mu mutima gwange. Naye mu kusaba Katonda y'ampa ekisa okutegeera abalala nga neeteeka mu ngato zaabwe. Obubi bwonna obwa ndimu gye bali bwagenda busaanuuka era obukyayi bwange ne buggwaawo.

Nnayiga okubeera omugumiikiriza nga bwe neggyako obusungu. Mu mbeera nga baampayirizza, nga mbala mu mutima gwange, 'emu, bbiri, ssatu, nnya...' era nga nsiba ebigambo bye mbadde njagala okwogera. Mu kusooka, kyali kizibu okukoma ku busungu bwange, naye bwe nagenda mu maaso n'okugezaako, obusungu bwange n'okusiikuuka muli ne bigenda nga biggwaawo. Era ekyavaamu, nga ne mu mbeera enyiiza ennyo, nga sirina kintu kiva mu mutima gwange.

Nzikkiriza nti kyantwalira emyaka ng'esatu okweggyako okwemanya. Bwe nnali omuggya mu kukkiriza nali simanyi kwemanya kye kitegeeza, naye n'asabanga okukyegyamu. N'abeeranga n'ekebera nga bwe nsaba. Era ekyavaamu, nnatandika okussa ekitiibwa ne mu bantu abalinga aba wansi ku nze mu bintu bingi. Era mu dda, ne ntandika okuweereza abasumba abalala n'endowooza eno oba baali mu bukulembeze, oba nga baakatikkirwa. Olunnyuma lw'okusaba emyaka essatu, Nakitegeera nti sikyalinamu ebyo ebinviirako okwemanya mu nze, era okuva olwo nnali si kyalina kusabira kwemanya nate.

Bw'otakuulayo kikolo ky'embala ey'obubi, ekyo ekivaako ekibi ekyo kijja kuvaayo mu ngeri embi ennyo. Oyinza okuwulira obubi bw'okitegeera nti okyalinamu embala eyagatali mazima mu mutima gwo ge wali omanyi nti weggyako edda. Oyinza okuggwamu amaanyi ng'olowooza, 'kale n'afuba nnyo okukyeggyako, naye era kikya ndimu.'

Osobola okuzuula agatali mazima mu ggwe okutuuka ng'okuddeyo ensibuko y'ekikolo ky'embala y'ekibi, naye tekitegeeza nti tewakuze mu mwoyo. Bw'osusa akatungulu, osobola okulaba olususu lwe lumu lw'ogwako nate. Naye bw'ogenda mu maaso n'okukasusumbula awatali kulekayo, akatungulu kajja kumala kaggweewo. Kye kimu n'embala y'ekibi. Tolina kuggwaamu maanyi olw'okuba tonnegirako ddala bubi obwo. Olina okubeera n'obugumiikiriza okutuuka ku nkomerero era weesunge okweraba ng'okyuse.

Abantu abamu baggwaamu amaanyi bwe batafunirawo mikisa gy'ebintu ebikwatikako nga bamaze okutambulira mu Kigambo kya Katonda. Balowooza nti tewali kye bafuna mu kyo wabula okufiirwa obufiirwa buli lwe batambulira mu bulungi. Abantu abamu beemulugunya nti banyiikira okugenda ku kanisa naye tebafuna mikisa. Kituufu, tewali nsonga lwaki babeera beemulugunya. Naye tebafuna mikisa gya Katonda kubanga bakyatambulira mu gatali mazima era nga tebannegyako ebintu Katonda byatugamba okweggyako.

Eky'okuba nti beemulugunya kiraga nti essira ly'okukkiriza

kwabwe liri wakyamu. Tokoowa bw'obeera otambulira mu bulungi mu mazima n'okukkiriza. Gy'okoma okukolera mu bulungi, gy'okoma okusanyuka, kale obeera oyaayaanira okwongera okukola ebintu eby'obulungi. Bw'otukuzibwa olw'okukkiriza mu ngeri eno, emmeeme yo ejja kukulaakulana, era buli kintu kijja kukutambulira bulungi, era ojja kubeera mulamu.

Ogw'okubiri, kye kika ky'okugumiikiriza ekiri wakati w'abantu.
Bw'oba nga okolagana n'abantu abalina eneeyisa ez'enjawulo nga bali ne ku maddaala ag'okusoma ganjawulo, waliwo embeera ezijja okubaawo. Naddala, ekkanisa kye kifo abantu abava mu bitundu eby'enjawulo we bakung'anira. Kale, okuviira ddala ku buntu obutono okutuuka ku nsonga ez'amaanyi, muyinza okubeera n'ebirowoozo eby'enjawulo, era emirembe giyinza n'okuggwaawo.

Olwo nno, abantu bayinza okugamba, "Engeri gy'alowoozaamu yanjawulo nnyo ku yange. Kinzibuwalira okukola naye kubanga tulina eneeyisa za njawulo." Naye nga ne wakati w'omwami n'omukyala, abafumbo bameka abayinza okukwatagana mu nneeyisa? Engeri gye beeyisaamu, ne bye bagala bya njawulo, naye balina okutegeeragana okusobola okubeera awamu.

Abo abayaayaanira okutukuzibwa bajja kubeera bagumiikiriza mu mbeera yonna n'omuntu yenna era bakuume emirembe. Ne mu mbeera enzibu era ezitali nnungi, bagezeeko okugumira buli omu na buli mbeera. Bulijjo bategeera abalala n'omutima omulungi era ne bagumiikiriza nga bwe banoonya abalala bye baganyulwamu. Abalala bwe beeyisa obubi, babagumira. Obubi buno babusasula na bulungi bwereere, so si na bubi. Tulina n'okuba abagumiikiriza bwe tubuulira emyoyo enjiri oba okugibudaabuda, oba bwe tuba tutendeka abakozi b'omu kanisa okutuukiriza obwakabaka bwa Katonda. Nga tukola obuweereza bw'ekisumba, ndaba abantu abakyuka empola ddala. Bwe bakwana ensi ne baswaza Katonda, nkulukusa amaziga mu kukungubaga, naye nkyabalinamu essuubi. Bulijjo mbagumiikiriza kubanga nina essuubi nti olumu bajja kukyuka.

Bwe nnyongeza ku muwendo gw'abakozi b'ekkanisa, nnina okubeera omugumiikiriza okumala ekiseera kiwanvu. Siyinza kulagira abo bonna abali wansi wange oba okubakaka okukola kye njagala. Wadde manyi nti ekintu kijja kutwala obudde buwanvuko okutuukiriza, siyinza kuggya ku bakozi b'ekkanisa buvunaanyizibwa bwabwe, nga ng'amba, "Gwe okyabulamu. Nkugobye." Mbagumiikiriza era ne mbalung'amya okutuuka lwe babeera nga basobola. Mbalindira emyaka etaano, kkumi, oba kkumi n'etaano basobole okubeera n'obusobozi okutuukiriza obuvunaanyizibwa okuyita mu kutendekebwa okw'omwoyo.

Si lwe batabala bibala lwokka, wabula ne bwe bakola ebintu obubi, mbagumiikiriza baleme okwesittala. Kyandibadde kyangu singa omuntu omulala akisobola akibakolera, oba omuntu oyo n'asikizibwa omuntu omulala amusingako. Naye ensonga lwaki mbagumiikiriza okutuuka ku nkomerero kwe kuwa buli mwoyo obusobozi. Era kwe kutuukiriza obwakabaka bwa Katonda mu bujjuvu.

Bw'osiga ensigo ey'obugumiikiriza mu ngeri eno, ddala ojja kufuna ekibala okusinziira ku bwenkanya bwa Katonda. Eky'okulabirako, bw'ogumiikiriza emyoyo egimu okutuuka lwe gikyuka, ng'obasabira mu maziga, ojja kubeera n'omutima omunene okubagumira bonna. Kale, ojja kufuna obuyinza n'amaanyi okuzuukiza emyoyo mingi. Ojja kufuna amaanyi okukyusa emyoyo gy'abantu abakuli mu mutima okuyita mu ssaala y'omuntu omutuukirivu. Era, bw'ofuga omutima gwo era n'osiga ensigo y'obugumiikiriza nga wadde bakuwaayiriza, Katonda ajja kukuganya okukungula ekibala eky'emikisa.

Ey'okusatu, obugumiikiriza mu nkolagana yaffe ne Katonda.

Kitegeeza obugumiikiriza bw'olina okubeera n'abwo okutuuka lw'ofuna eky'okuddamu eri okusaba kwo. Makko 11:24 wagamba, *"Kyenva mbagamba nti, Ebigambo byonna byonna bye musaba n'okwegayirira, mukkirize nga mubiweereddwa, era mulibifuna."* Tusobola okukkiriza ebigambo byonna eby'omu kitabo ekirimu ebitabo enkaaga mw'omukaaga ekya Bayibuli singa tubeera n'okukkiriza. Mulimu ebisuubizo bya Katonda nti tujja kufuna ebyo bye tusaba, n'olwekyo tusobola okufuna ekintu kyonna mu kusaba.

Kyokka, tekitegeeza nti tusaba busabi ne tutabaako kye tukola. Tulina okutambulira mu Kigambo kya Katonda mu ngeri etusobozesa okufuna eky'okuddamu. Eky'okulabirako, omuyizi ng'obubonero bwe bumuteeka mu kifo kya mu makati asaba okubasinga bonna. Kyokka ebirowoozo bimuba wala mu kibiina era tasoma. Anaasobola okukulembera mu kibiina kye? Alina okusoma ennyo nga bwasaba ennyo Katonda asobole okumuyamba okufuuka omuyiza asinga banne.

Kye kimu ne mu kukola bizinensi. Onyiikira okusabira bizinensi yo okukulaakulana, naye nga ekiruubirirwa kyo kwe kuba n'ennyumba, okuzimba amayumba ag'okutunda, n'okufuna emmotoka ey'ebbeeyi. Onoosobola okufuna okuddamu eri okusaba kwo? Kituufu, Katonda ayagala abaana Be okubeera mu bulamu obutajula, naye Katonda tasanyukira kusaba bintu ebikkusa okweyagaliza kw'omuntu. Naye bw'obeera oyagala okufuna omukisa okuyamba bakateeyamba n'okuwagira omulimu gw'obuminsane, era bw'ogoberera ekkubo ettuufu awatali kukola ekintu ckitakkirizibwa, Katonda ajja kukutwala mu kkubo ery'emikisa.

Waliwo ebisuubizo bingi mu Bayibuli ebiraga nti Katonda ajja kuddamu okusaba kw'abaana Be. Naye ebiseera ebisinga abantu tebafuna kuddamu kwabwe kubanga si bagumiikiriza kimala. Abantu basobola okusaba okuddamu bakufune mu bwangu, naye Katonda ayinza obutaddiramu awo wennyini.

Katonda abiddamu mu kiseera kye nnyini ekisaanidde era ekituufu kubanga Yamanyi byonna. Bwe kiba nga kye basabira kinene era nga kikulu nnyo, Katonda asobola okubaddamu nga obungi bwe ssaala ezeetaagibwa butuukiriziddwa. Danyeri yasaba okufuna okubikkulirwa okw'ebintu eby'omwoyo, Katonda n'asindika malayika we okuddamu okusaba kwe mu bwangu nga Danyeri atandise okusaba. Naye nga kyatwala ebbanga lya nnaku abiri mu lumu nga Danyeri tannasisinkana ne malayika. Ennaku ezo abiri mw'olumu, Danyeri yasigala asaba n'omutima omunyiikivu nga we yatandikira okusaba. Bwe tukkiriza nti twaweereddwa dda ekintu, olwo nno tekiba kizibu okulindirira okukifuna. Tujja kukirowoozaako ne ssanyu lye tunaaba nalyo nga tufunye eky'okuddamu eri ebizibu byaffe.

Abakkiriza abamu tebayinza kulinda okutuuka lwe banaafuna eky'okuddamu ekyo kye baasaba Katonda mu kusaba. Basobola okusaba n'okusiiba nga basaba Katonda, naye eky'okuddamu bwe kitatuukawo mu bwangu ddala, basobola okubivaako nga balowooza Katonda tagenda kubaddamu.

Bwe tuba nga ddala twakkiriza era ne tusaba, tetuyinza kuggwaamu maanyi oba okubivaako. Tetumanyi ddi eky'okuddamu lwe kirijja: enkya, ekiro, oluvannyuma lw'okusaba okulala, oba oluvannyuma lw'omwaka. Katonda amaanyi ekiseera ekituufu okutuwa eky'okuddamu.

Yakobo 1:6-8 wagamba, *"Naye asabenga mu kukkiriza, nga taliiko ky'abuusabuusa, kubanga abuusabuusa afaanana ng'ejjengo ery'ennyanja eritwalibwa empewo ne lisuukundibwa. Kubanga omuntu oyo talowoozanga ng'aliweebwa ekintu kyonna eri Mukama waffe, omuntu ow'emyoyo ebiri, atanywera mu makubo ge gonna."*

Ekintu ekisingayo obukulu kwe kukkiriza kwaffe mu kye tusabira. Bwe tuba nga tukkiririza ddala nti twafunye dda eky'okuddamu, tusobola okubeera abasanyufu era abajaguza mu mbeera yonna. Bwe tuba n'okukkiriza okw'okufuna eky'okuddamu, tujja kusaba era tutambulire mu kukkiriza okutuuka ng'ekibala kiteereddwa mu mikono gyaffe. Era, bwe tuyita mu kubonaabona okw'omutima oba okuyigganyizibwa nga tukola omulimu gwa Katonda, tusobola okubala ebibala eby'obulungi okuyita mu bugumiikiriza.

Obugumiikiriza obwa ba taata ab'okukkiriza

Wabeerawo ebintu we bikaluba mu kudduka embiro

empanvu. Era essanyu ly'okumalako embiro ezo oluvannyuma lw'okuvunuka embeera ezo enzibu lijja kubeera ly'amaanyi era lisobola kutegeerebwa abo abaliyiseemu. Abaana ba Katonda abadduka embiro ez'okukkiriza n'abo batera okusisinkana embeera enzibu, naye basobola okuwangula ekintu kyonna bwe batunula eri Yesu Kristo. Katonda ajja kubawa ekisa Kye n'amaanyi, era Omwoyo Omutukuvu naye ajja kubayamba.

Abaebbulaniya 12:1-2 wagamba, *"Kale naffe, bwe tulina olufu lw'abajulirwa olwenkana awo olutwetoolodde, twambulenga buli ekizitowa n'ekibi ekyegatta naffe, tuddukanenga n'okugumiikiriza okuwakana okuteekeddwa mu maaso gaffe, nga tutunuulira Yesu yekka omukulu w'okukkiriza kwaffe era omutuukiriza waakwo, olw'essanyu eryateekebwa mu maaso ge eyagumiikiriza omusalaba, ng'anyooma ensonyi, n'atuula ku mukono ogwa ddyo ogw'entebe ya Katonda."*

Katonda yaduulirwa nnyo n'okunyoomebwa okuva mu bitonde Bye okutuuka bwe yatuukiriza ekigendererwa ky'obulokozi. Naye olw'okuba Yamanya nti yali agenda kutuula ku mukono gwa Katonda ogwa ddyo nti era obulokozi bwali bwakuweebwa abantu, Yagumiikiriza okutuuka ku nkomerero nga talowoozezza ku buswavu obw'okungulu. Era yafa ku musalaba okuggyawo ebibi by'abantu, era n'azuukira ku lunaku olw'okusatu okuggulawo ekkubo ery'obulokozi. Katonda yanyweza Yesu nga Kabaka wa bakabaka era Mukama w'abakama kubanga Yagonda okutuuka okufa mu kwagala n'okukkiriza.

Yakobo yali muzukulu wa Yibulayimu era yafuuka taata w'eggwanga lya Isiraeri. Yali tamala gava ku nsonga. Yatwala obusika bwa muganda we Esawu ng'amuzannye akazannyo, era n'addukira e Karani. Era ekisuubizo kya Katonda n'akifunira e Beseeri.

Olubereberye 28:13-15 wagamba, *"...ensi gy'ogalamiddeko, ndigikuwa ggwe n'ezzadde lyo, n'ezzadde lyo linaabanga ng'enfuufu ey'oku nsi, Era olibuna ebugwanjuba, n'ebuvanjuba, n'obukiika obwa kkono, n'obwa ddyo, ne mu ggwe ne mu zzadde lyo ebikabyonna eby'omu nsi mwe biriweerwa omukisa. era, laba, nze ndi wamu naawe, era naakukuumanga gy'onoogendanga yonna, era ndikukomyawo mu nsi eno, kubanga sirikuleka okutuusa lwe ndimala okukola bye nkugambeko."* Yakobo yalindirira okumala emyaka abiri mu kugezesebwa era ekyavaamu n'afuuka taata w'aba Isiraeri.

Yusufu ye yali mutabani wa Yakobo ow'ekkumi n'omu, era yafuna okwagala kwa kitaawe kwonna mu baganda be bonna. Olunaku lumu, baganda be bennyini baamutunda mu nsi ye Misiri ng'omuddu. Yafuuka muddu mu nsi engwiira, naye teyaggwaamu maanyi. Yakolanga n'amaanyi ge gonna emirimu egyamuweebwanga era mukama we n'amwagala nnyo olw'obwesigwa. Embeera ye n'etereeramu bwe yatandika okulabirira ennyumba ya mukama we, wabula yawaayirizibwa era n'ateekebwa mu kkomera ery'eby'obufuzi. Eyo ne bamuwozesa nnyo.

Amazima gali nti, byonna bye yayitamu mwalimu ekisa kya Katonda nga bimuteekateeka okusobola okubeera katikkiro w'e Misiri. Naye teri n'omu yali akimanyi okujjako Katonda. Yusufu ne bwe yali mu kkomera teyaggwaamu maanyi, olw'okuba yalina okukkiriza era nga akkiririza mu kisuubizo kya Katonda ekyamuweebwa mu buto. Yakkiriza nti Katonda yali wakutuukiriza ekirooto kye mweyalabira enjuba n'omwezi nemmunyeenye ekkumi n'emu nga bimuvvunamidde, era teyayuuzibwayuzibwa mu mbeera yonna. Yeesiga Katonda mu bujjuvu, era n'agumiikiriza ensonga zonna era n'agoberera ekkubo ettuufu okusinziira ku Kigambo kya Katonda. Okukkiriza kwe kwali kutuufu.

Watya ng'oli mu mbeera y'emu? Oyinza okulowooza ku kye yawulira okumala emyaka 13 okuva lwe yatundibwa ng'omuddu? Ddala ojja kusaba nnyo mu maaso ga Katonda okuva mu mbeera eno. Oyinza n'okwetunulamu era ne weenenya ebintu by'oyinza okulowoozaako okusobola okufuna eky'okuddamu okuva eri Katonda. Ojja kusabira ekisa kya Katonda n'amaziga mangi saako ebigambo eby'amazima. Era bw'otafuna kya kuddamu okumala omwaka, ebiri, oba emyaka kkumi, wabula ng'oyongera kubeera mu mbeera enzibu, Oyinza kuwulira otya?

Yasibibwa mu myaka gye egy'ekivubuka era n'alaba nga gigenda nga talina kyagikozeemu, Singa yali talina kukkiriza kwe yalina, ateekwa okuba yandiwulidde bubi nnyo. Singa yalowooza ku bulamu obulungi bwe yalina mu nnyumba ya kitaawe, yandyongedde na kuwulira bubi. Naye Yusufu bulijjo yeesiganga Katonda eyali amutunuulidde, era yali munywevu mu kukkiririza mu kwagala kwa Katonda oyo agaba ekisingayo obulungi mu kiseera ekituufu. Teyaggwaamu ssuubi ne mu mbeera ezimalamu amaanyi, era n'atambulira mu bwesigwa n'obulungi nga mugumiikiriza okutuuka ekirooto kye lwe kyatuukirira.

Dawudi yasiimibwa Katonda nti yali musajja eyali ayagala okutuukiriza ebyo ebiri ku mutima gwa Katonda. Wabula ne bwe yalondebwa nti ye kabaka addako, yalina okuyita mu bigezo bingi omuli n'okuyigganyizibwa Kabaka Sawulo. Yayita ku lugwanyu emirundi mingi nga tattibwa. Naye mu kugumiikiriza ebizibu ebyo byonna n'okukkiriza yafuuka kabaka ow'amaanyi eyasobola okufuga Isiraeri yonna.

Yakobo 1:3-4 wagamba, *"...Nga mutegeera ng'okugezebwa kw'okukkiriza kwammwe kuleeta okugumiikiriza. Era omulimu gw'okugumiikiriza gutuukirirenga, mulyoke mubeere abaatuukirira, abalina byonna, abataweebuuka mu kigambo kyonna."* Mbakubiriza okuteekateeka okugumiikiriza okw'ekika kino mu mmwe. Okugumiikiriza okwo kujja kwongeza okukkiriza kwo era kugaziye omutima gwo n'okugutwala ebuziba okugufuula omukulu. Ojja kwerabira ku by'amagero n'okuddamu kwa Katonda bye yasuubiza bw'otuukiriza obugumiikiriza mu bujjuvu (Abaebbulaniya 10:36).

Obugumiikiriza okugenda mu bwakabaka obw'omu ggulu

Twetaaga obugumiikiriza okusobola okugenda mu bwakabaka obw'omu ggulu. Abamu bagamba nti bajja kweyagalira mu nsi nga bakyali bato batandike okugenda mu kanisa nga bakuze. Abalala batambulira mu bulamu bw'okunnyiikira mu kukkiriza mu ssuubi lya Mukama okujja, naye ate ne babulwa okugumiikiriza era ne bakyusa emmeeme yaabwe. Olw'okuba tadda mu bwangu nga bwe basuubira, bawulira nga kizibu okweyongerayo mu kutambulira mu bulamu obw'okunnyikira mu kukkiriza. Bagamba nti bajja kuwumulamu mu kukomola omutima gwabwe ne mu kukola emirimu gya Katonda, era bwe banaakakasa nti balabye obubonero bw'okudda kwa Mukama, olwo bajja kufuba nnyo.

Naye teri amanyi ddi Katonda lw'anaayita omwoyo gwaffe, oba

Mukama lw'anadda. Ne bwe tumanya ekyo nga bukyali, Tetusobola kubeera na kukkiriza nga bwe twagala. Abantu tebasobola kumala gabeera n'okukkiriza okw'omwoyo okutufunyisa obulokozi nga bwe twagala. Kuweebwa kisa kya Katonda. Omulabe setaani tajja kumala gabaleka kufuna bulokozi mu ngeri ennyangu. Era bw'oba n'essuubi ery'okuyingira Yerusaalemi Ekiggya mu ggulu, buli kimu osobola okukikola mu bugumiikiriza.

Zabuli 126:5-6 wagamba, *"Abasiga nga bakaaba amaziga balikungula nga basanyuka. Newakubadde nga yagenda ng'akaaba, ng'atwala ensigo, Alidda nate n'essanyu, ng'aleeta ebinywa bye."* Ddala mulina okubaamu okufuba kwaffe, amaziga, n'okukungubaga bwe tuba nga tusiga ensigo n'okuzikuza. Ebisera ebimu, enkuba eyeetaagisa eyinza obutatonnya, oba eyinza okubaayo omuyaga oba enkuba nga nnyingi eyonoona ebimera. Naye ku nkomerero ya byonna, ddala tujja kubeera ne ssanyu ery'okukungula mu bungi okusinziira ku mateeka g'obwenkanya.

Katonda alinda emyaka lukumi nga lulinga olumu okusobola okufuna abaana ba Katonda abatuufu era n'agumira obulumi obw'okuwaayo omwana We omu yekka ku lwaffe. Mukama yagumira okubonaabona ku musalaba, era Omwoyo Omutuku naye ali mu kugumira okusinda okw'amaanyi kwabeeramu mu kiseera kino eky'okuteekateeka abantu. Nsubira nti ojja kuteekateeka, obugumiikiriza obw'omwoyo, ng'ojjukira okwagala kwa Katonda kuno osobole okubala ebibala eby'emikisa ku nsi kuno ne mu ggulu.

Ku Biri Ng'ebyo Tewali Mateeka

Lukka 6:36

"Mube n'ekisa,

nga Kitammwe bw'alina ekisa."

Essuula 6

Ekisa

Okutegeera abalala n'okubasonyiwa n'ekibala kye kisa

Okwetaaga okubeera n'omutima n'ebikolwa nga ebya Mukama

Okwegyako okulowooza kwo nti olina ekisa

Okusaasira abo abali mu buzibu

Toyanguyiriza kusonga ku nsobi z'abalala

Beera N'omutima omunene eri buli omu

Ekitiibwa kiddize abalala

Ekisa

Ebiseera ebimu abantu bagamba nti waliwo omuntu gwe batasobola kutegeera nga wadde bagezezaako okumutegeera, oba nti wadde bagezezaako okusonyiwa omuntu, balemereddwa okumusonyiwa. Naye bwe tubeera tusitudde ekibala eky'ekisa mu mutima gwaffe, tewali kye tutasobola kutegeera era teri muntu gwe tutasobola kusonyiwa. Tujja kusobola okutegeera omuntu yenna n'obulungi era tukkirize omuntu yenna n'okwagala. Tetujja kugamba nti twagala omuntu gundi olw'ensonga emu nti era omulala tetumwagala olw'ensonga endala. Tetujja kukyawa oba obutayagala muntu yenna. Tetujja kuba na butakkaanya na muntu yenna oba okusiba omuntu ku mwoyo wadde okubeera n'abalabe.

Okutegeera abalala n'okubasonyiwa n'ekibala kye kisa

Ekisa kwe kubeera ng'omuntu asobola okukwatirwa abalala ekisa. Naye amakulu ag'omwoyo ag'ekisa gasemberera nnyo okusaasira. Era, amakulu ag'omwoyo ag'okusaasira "kwe kutegeera mu mazima n'abo abatasobola kutegeerebwa bantu wadde." Era gwe mutima ogusobola okusonyiwa mu mazima n'abo abatasobola kusonyiyibwa bantu. Katonda alaga okusaasira eri abantu n'omutima omusaasizi.

Zabuli 130:3 wagamba, *"MUKAMA, bw'onoobalanga ebitali bya butuukirivu, Ai MUKAMA aliyimirira aluwa?"* Nga bwe kyawandiikibwa, singa Katonda teyalina kusaasira era n'atusalira omusango okusinziira ku bwenkanya, tewali muntu yandisobodde kuyimirira mu maaso ga Katonda. Naye Katonda yasonyiwa era n'akkiriza n'abo abatasobola kusonyiyibwa wadde okukkirizibwa singa obwenkanya bugobererwa nnyo. Era, Katonda yawaayo obulamu bw'omwana We omu yekka okulokola abantu ab'ekika ekyo okuva mu kufa okw'okulubeerera. Olw'okuba tufuuse abaana ba Katonda olw'okukkiririza mu Mukama, Katonda ayagala tuteeketeeke omutima omusaasizi. Olw'ensonga eno, Katonda agamba mu Lukka 6:36, *"Mube n'ekisa, nga kitammwe bw'alina ekisa."*

Okusaasira kuno kufaananamu n'okwagala naye ate kwanjawulo mu ngeri nnyingi. Okwagala okw'omwoyo kwe kuba ng'omuntu asobola okwewaayo olw'abalala awatali muwendo gwonna gukiteereddwako, so nga okusaasira kiri nnyo mu kusaasira n'okukkiriza omuntu. Kwe kugamba, okuba ng'osobola n'okuwambaatira buli kintu ky'omuntu n'obutategeera bubi muntu oba okumuwalana wadde nga tasaanidde kufuna kwagala kwonna. Tojja kukyawa oba okwewala omuntu kubanga endowooza ye ya njawulo ku yiyo, wabula olina okufuuka amaanyi n'okubudaabuda eri ye. Bw'obeera n'omutima omusanyufu ogukkiriza abalala, tojja kwanika bunafu bwabwe oba ensobi zaabwe wabula obibikkako era n'obakkiriza osobole okubeera n'enkolagana ennungi n'abo.

Waliwo ekintu ekyabaawo ekyalaga omutima guno ogw'okusaasira obulungi ennyo. Olunaku lumu Yesu yasaba nnyo ekiro kyonna ku lusozi lw'emizabibu era najja mu Yekaalu ku makya. Bwe yali atuula wansi, abantu bangi ne bakung'anira waali, era ne wajjawo akavuyo bwe yali abuulira Ekigambo kya Katonda. Waaliwo abawandiisi n'Abafalisaayo mu kibiina abaaleeta omukazi mu maaso ga Yesu. Yali atidde ng'akankana.

Baagamba Yesu nti omukazi baali bamukwatidde lubona mu

bwenzi, era ne babuuza ki kyanaamukolera engeri Amateeka bwe gagamba nti omukazi oyo alina kukubibwa mayinja okutuuka lw'anaafa. Singa Yesu yali agambye nti bamukube amayinja, Kyali tekikwatagana n'ebyo by'asomesa nti, "Yagala baliranwa bo." Naye ate singa yabagamba nti bamusonyiwe, kwali kumenya mateeka. Kyalinga nti Yesu yateekebwa mu mbeera enzibu. Wabula Yesu, yawandiika buwandiisi ku ttaka n'ayogera nga bwe kyawandiikibwa mu Yokaana 8:7, *"Mu mmwe atayonoonangako, asooke okumukuba ejjinja."* Abantu baafuna okulumirizibwa okw'amaanyi era ne bavaawo omu ku omu. Era ekyavaamu Yesu n'asigalawo yekka n'omukazi.

Mu Yokaana 8:11 Yesu n'amugamba, *"nange sisala kukusinga, genda, okusooka leero toyonoonanga lwa kubiri."* Bw'agamba nti, "nange sisala kukusinga," kitegeeza nti Yamusonyiwa. Yesu yasonyiwa omukazi eyali tasobola kusonyiyibwa era n'amuwa omukisa okukyuka okuva mu bibi bye. Guno gwe mutima omusaasizi.

Okwetaaga okubeera n'omutima n'ebikolwa nga ebya Mukama

Okusaasira kwe kusonyiyira ddala n'okwagala abalabe bo. Nga maama bw'alabirira omwana we omuwere, tulina okukkiriza n'okuwambaatira buli omu. Abantu ne bwe babeera n'ensobi nnyingi oba nga bakoze ebibi eby'amaanyi, tujja kusooka kubeera na kusaasira mu kifo ky'okusalira abantu abo emisango n'okubakolokota. Tujja kukyawa ekibi so si ab'onoonyi; tujja kutegeera omuntu oyo era tumuyambeko okubeera omulamu.

Katugambe eriyo omwana alina omubiri omunafu ennyo era ng'atera okulwala. Maama ayinza kuwulira atya eri omwana ono? Tayinza kwewuunya lwaki yazaalibwa bwatyo era lwaki yamukaluubiriza nnyo. Era tayinza kukyawa mwana olwa kino. Ate ajja kuba n'okwagala saako okusaasira kungi gyali okusinga omwana omulala yenna omulamu.

Waaliyo omukazi eyalina mutabani we alina ekikyamu ku bwongo. Ne bwe yatuuka ku myaka abiri, obwongo bwe bwalinga obw'omwana ow'emyaka ebiri, era maama we yamukuumirangako amaaso. Wabula wadde guli gutyo, teyakiwulira nti oba akaluubiriddwa olw'okulabirira mutabani we. Ng'awulira buwulizi kisa n'okusaasira eri mutabani we era nga abeera mu kumulabirira. Bwe tubala ekibala eky'ekika kino eky'okusaasira mu bujjuvu, tujja kubeera n'okusaasira si eri abaana baffe bokka wabula n'eri buli omu.

Yesu yabuulira enjiri y'obwakabaka obw'omu ggulu mu kiseera ky'obuweereza Bwe ku nsi. Abantu beyalubiriranga okusinga si be b'amaanyi oba abagagga; wabula abo abaavu, n'abalekeddwawo, oba abo abantu bebaatwalanga nti b'onoonyi, gamba nga abawooza oba bamalaaya.

Kye kimu ne Yesu bwe yali alonda abayigirizwa Be. Abantu balowooza nti oba olyawo kyandibadde ky'amagezi okulonda abantu abaali bamanyi obulungi amateeka ga Katonda, kubanga kyandibadde kyangu okusomesa abantu Ekigambo kya Katonda. Naye Yesu teyalonda bantu ng'abo. Mu bayigirizwa Bc mwalimu Matayo, nga yali muwooza; ne Peetero, Ndereya, Yakobo, ne Yokaana abaali abavubi.

Yesu era yawonya cbika by'endwadde bingi. Olunaku lumu,

Yawonya omuntu eyali omulwadde okumala emyaka asatu mu munaana era ng'alinda amazzi g'omu kidiba kya Besusayida. Yali mu bulumi awatali ssuubi lyonna mu bulamu, naye nga tewali amufaako. Naye Yesu n'ajja gyali n'amubuuza, "Oyagala okuwona?" era n'amuwonya.

Yesu era yawonya omukazi eyalina ekikulukuto okumala emyaka kkumi n'ebiri. Yazibula amaaso ga Battimaayo, omusabi omuzibe w'amaaso (Matayo 9:20-22; Makko 10:46-52). Bwe yali agenda mu kibuga ekiyitibwa Nayini, n'alaba namwandu eyalina omwana omu yekka kyokka ng'amufuddeko. N'amusaasira era n'azuukiza omwana we (Lukka 7:11-15). okwongereza kw'ebyo, yalabirira abantu ababonyaabonyezeddwa. N'abeera mukwano gw'abo abalekeddwawo gamba ng'abawooza.

Abantu abamu baamukolokota olw'okuba yali alya n'ab'onoonyi nga bagamba, *"Omuyigiriza wammwe kiki ekimuliisa n'abawooza n'abantu ababi?"* (Matayo 9:11). Naye Yesu kino bwe yakiwulira n'agamba, *"Abalamu tebeetaaga musawo, wabula abalwadde. naye mugende muyige amakulu g'ekigambo kino nti "Njagala kisa, so si ssaddaaka, kubanga sajja kuyita batuukirivu, wabula abantu ababi"* (Matayo 9:12-13). Yatusomesa okubeera n'omutima omusaasizi era ogw'ekisa eri ab'onoonyi n'abalwadde.

Yesu teyajjirira bagagga bokka n'abatuukirivu wabula okusinga abaavu, abalwadde, n'abonoonyi. Tusobola okubala amangu ekibala eky'okusaasira bwe tulabira ku mutima gwa Yesu n'ebikolwa Bye. Kati, katutunuulire ekyo kye tulina okukola okusobola okubala ekibala eky'okusaasira.

Okwegyako okulowooza kwo nti olina ekisa

Abantu b'ensi batera nnyo okupima omuntu okusinziira ku ndabika ye. Endowooza zaabwe eri abantu zikyukakyuka okusinziira ku ngeri gye babalabamu okuba abaggagga oba ab'ettutumu. Abaana ba Katonda tebapima bantu okusinziira ku ndabika yaabwe oba ne bakyusa endowooza y'emitima gyabwe olw'endabika y'abantu. Tulina n'okutunuulira abaana abato oba abo abalinga aba wansi okubeera nga batusingako era tubaweereza n'omutima gwa Mukama.

Yakobo 2:1-4 wagamba, *"Baganda bange, temubanga na kukkiriza kwa Mukama waffe Yesu Kristo ow'ekitiibwa, ate ne muba n'okusosolanga mu bantu. Kubanga bw'ayingira mu kkung'aniro lyammwe omuntu alina empeta eya zaabu ayambaddde eby'obuyonjo, era n'omwavu ayambadde enziina n'ayingira, nammwe ne mwaniriza ayambadde ebyambalo eby'obuyonjo, ne mwogera nti, 'Ggwe tuula wano awalungi, era ne mugamba omwavu nti, Ggwe yimirira eri, oba tuula wansi awali akatebe k'ebigere byange', nga temwawukanye mu mmwe mwekka, ne mufuuka abasazi b'ensonga ab'ebirowoozo ebibi?"*

Era, 1 Peetero 1:17 wagamba, *"Bwe mumuyitanga Kitammwe, asala omusango awatali kusaliriza ng'omulimu gwa buli muntu bwe guli, mutambulenga n'entiisa mu biro byammwe eby'okuba abayise."*

Bwe tubala ekibala eky'okusaasira, tetujja kusalira balala misango oba okubakolokota olw'endabika yaabwe. Tulina okwekebera oba nga tulina endowooza zaffe ze tukozesa oba okusosola mu bantu mu makulu ag'omwoyo. Waliwo abantu abamu abalwawo okutegeera ebintu eby'omwoyo. Abalala balina obunafu obw'omubiri, kale bayinza okwogera oba okukola ebintu ebimu ebitajja mu mbeera ezimu. Era abalala beeyisa mu ngeri etakwatagana na mpisa za Mukama. Bw'olaba abantu ab'ekika kino oba okuba nga mukolera wamu, towulira nti oggwamu amaanyi? Obadde tobanyooma oba n'oyagala n'okubeewala mu mbeera ezimu? Abalala obaswazizza n'ebigambo byo ebikambwe oba n'endowooza yo gye bali?

Era, abantu abamu boogera ku bantu abalala n'okubakolokota nga balinga abali mu ntebe y'omulamuzi omuntu oyo bwabeera akoze ekibi. Omukazi eyakwatibwa mu bwenzi bwe yaleetebwa eri Yesu, abantu bangi baamusongamu ennwe nga bamusalira omusango okumusinga. Naye Yesu teyamusalira musango kumusinga wabula yamuwa omukisa ogw'obulokozi. Bw'oba n'omutima ogw'okusaasira ogw'ekika ekyo, olwo ojja kubeera n'ekisa eri abo abafuna ebibonerezo olw'ebibi byabwe, era ofuyirire akagalo basobole okuwangula.

Okusaasira abo abali mu buzibu

Bwe tuba n'omutima omusaasizi, tujja ku kwatirwa ekisa abantu abo abali mu buzibu era tubeere n'essanyu nga tubayamba. Tetujja kusaasira basaasire mu mitima gyaffe, nga tugamba nti "Guma munange!" n'emimwa gyaffe. Wabula tujja kubaako obuyambi bwe tuwa abantu abo.

1 Yokaana 3:17-18 wagamba, *"Naye buli alina ebintu eby'omu nsi, n'atunuulira muganda we nga yeetaaga,*

n'amuggalirawo emmeeme ye, okwagala kwa Katonda kubeera kutya mu ye? Abaana abato, tuleme okwagalanga mu kigambo ne mu lulimi, wabula mu kikolwa ne mu mazima." Era, Yakobo 2:15-16 wagamba, "*Bwe wabaawo ow'oluganda omusajja oba omukazi nga bali bwereere, ng'emmere eya buli lunaku tebamala, era omu ku mmwe bw'abagamba nti Mugende n'emirembe mubugume, mukkute, naye ne mutabawa omubiri bye gwetaaga, kigasa kitya?*"

Tolina kulowooza bulowooza nti, 'kya nnaku banange enjala emuta, naye sirina kye nnyinza kukola kubanga nange nina bumbezaawo bwokka.' Bw'oba nga ddala okwatiddwa ekisa n'omutima ogw'amazima, osobola okugabana naye ekyo ky'olina oba okuwaayo ekikyo. Omuntu bw'abeera alowooza nti embeera gyalimu temuganya kuyamba muntu mulala yenna, ebiseera ebisinga abeera tajja kuyamba balala ne bw'anaagaggawala.

Kino tekikwata ku bintu bikwatikako byokka. Bw'olaba omuntu abonaabona mu kizibu kyonna, olina okwagala okubeera ow'obuyambi gyali osobole okugabanira awamu obulumi n'omuntu oyo. Kuno kwe kusaasira. Naddala, olina okulowooza kw'abo abali mu kugwa mu ggeyeena kubanga tebakkiririza mu Mukama. Ojja kugezaako nga bw'osobola okubatwala eri ekkubo ery'obulokozi.

Mu kanisa ya Manmin enkulu, okuva lwe yaggulwawo, ebaddeyo emirimu gy'amaanyi ga Katonda egy'amaanyi. Naye era nkyasabira amaanyi agasingawo era obulamu bwange bwonna mbuwaayo olw'okulaga amaanyi ago. Kiri bwe kityo kubanga na bonaabona nnyo n'obwavu, era n'empita mu bulumi obw'okuggwaamu essuubi olw'endwadde. Bwe ndaba abantu ng'abo ababonaabona olw'ebizibu bino, ntegeera obulumi bwe babeeramu, era njagala okubayamba mu ngeri yonna gye nsobola. Kuyaayaana kwange okugonjoola ebizibu byabwe n'okubanunula okuva mu bibonerezo bya Ggeyeena n'okubatwala eri Eggulu. Naye nze omu, nnyinza ntya okuyamba abantu abangi? Eky'okuddamu ky'enfuna eri kino g'emaanyi ga Katonda. Wadde sisobola kugonjoola bizibu bya bwavu byonna, endwadde, n'ebirala bingi abantu bye bayitamu, nsobola okubayamba okusisinkana Katonda. Eyo y'ensonga lwaki ngezaako okulaga amaanyi ga Katonda ag'ekika ekya waggulu, abantu bangi basobole okusisinkana Katonda.

Kituufu, okulaga amaanyi si kwekutuukiriza obulokozi. Wadde bafuna okukkiriza nga balaba amaanyi, tulina okubafaako ne mu bintu ebirabwako n'eby'omwoyo okutuuka lwe banywerera mu kukkiriza. Eyo yensonga lwaki n'afuba nga bwe nsobola okugaba obuyambi eri abeetaaga, ekkanisa yaffe ne bwe yali terina sente bulungi. Kyali kyakubayamba okutambula nga badda eri Eggulu n'amaanyi agasinga ku ge babadde n'ago. Engero 19:17 wagamba, *"Asaasira omwavu awola MUKAMA, Era alimusasula nate ekikolwa kye ekirungi."* Bw'olabirira emyoyo n'omutima gwa Mukama, Katonda ddala ajja kukusasula n'emikisa.

Toyanguyiriza kusonga ku nsobi z'abalala

Bwe tuba nga twagala omuntu, olumu tulina okumuwa amagezi oba okumunenya. Singa abazadde tebanenya baana baabwe wabula ne babeera nga babasonyiwa busonyiyi olw'okuba babaagala nnyo, olwo nno abaana bajja kwonooneka. Naye bwe tubeera n'okusaasira tetusobola kwanguyiriza kubonereza, kunenya, oba okusonga ku nsobi. Bwe tuwa amagezi, tujja kukikola n'omutima omusabi ennyo nga tulowooza ku mutima gw'omuntu oyo. Engero 12:18 wagamba nti, *"Wabaawo ayogera ng'ayanguyiriza ng'okufumita okw'ekitala. naye olulimi lw'abamagezi kwe kulaama."* Naddala abasumba n'abakulembeze abasomesa abakkiriza balina okujjukira ebigambo bino.

Oyinza okumala gagamba nti, "Olina omutima ogutaliimu mazima mu ggwe, era tegusanyusa Katonda. Olina ensobi eno n'eri, era abalala tebakwagala olw'ebintu bino." Wadde kyoyogera kituufu, Bw'oyogera ku nsobi z'abalala ng'okozesa gwe ky'oyita obutuukirivu oba g'oyita amazima nga tewali kwagala, tekiwa bulamu. Abamu tebajja kukyusa olw'amagezi g'obawadde, era, bajja na kuwulira bubi era baggweemu n'amaanyi era babulwe n'amaanyi.

Olumu, ba memba b'ekkanisa bansaba njogere ku nsobi zaabwe basobole okuzitegeera era basobole okukyusa. Bagamba bagala okutegeera ensobi zaabwe basobole okukyuka. Kale, mu bwegendereza obungi bwe ntandika okubaako kye njogera, nga bandya ekirimi okwewozaako, kale awo mbeera sisobola kuwa magezi. Okuwa amagezi si kintu kyangu. Mu kiseera ekyo basobola okukikkiriza n'okwebaza, naye bwe bafiirwa obujjuvu bwabwe obw'omwoyo, tewali amanyi ekinaabaawo mu mutima gwabwe.

Olumu, nina okwogera ebintu okusobola okutuukiriza obwakabaka bwa Katonda oba okuganya abantu okufuna eky'okuddamu eri ebizibu byabwe. Ntunula mu maaso gaabwe n'omutima omusabi ne mmanya ekibali munda, nga nsaba nti tebaawulira bubi oba okuggwaamu amaanyi.

Kituufu, Yesu bwe yanenya aba Falisaayo n'abawandiisi

n'ebigambo ebikambwe, tebaasobola kutwala magezi ge yali abawa. Yesu yali abawa omukisa nti waakiri omu ku bo anaawuliriza era akyuke yeenenya. Era, olw'okuba be baali abasomesa b'abantu, Yesu yali ayagala abantu okutegeera baleme okulimbibwa n'obunaanfuusi bwe baalina. Ng'ogyeeko embeera ng'ezo ezitali za bulijjo, tolina kwogera bigambo ebiyinza okukola abalala obubi oba ebinaayanika obunafu bwabwe ekiyinza okubaviirako okwesittala. Bw'oba olina okuwa amagezi kubanga kikulu nnyo, olina okukikola n'okwagala, ng'ebintu obirabira ku ludda lw'oyo gw'owa amagezi saako okufaayo eri omwoyo ogwo.

Beera N'omutima omunene eri buli omu

Abantu abasinga bagabi nnyo eri abo be bagala. N'abo abatavaako kaabwe basobola okwazika oba okugaba ebirabo eri abalala bwe bamanya nti baliko kye bajja okukifunamu. Mu Lukka 6:32 wagamba, *"kale bwe mwagala abo ababaagala mmwe, mwebazibwa ki? Kubanga n'abantu abalina ebibi baagala ababaagala."* Tusobola okubala ekibala eky'okusaasira bwe tugaba ne tutabaako kye tusuubira kufuna mu kyo.

Yesu yamanya okuviira ddala ku ntandikwa nti Yuda ajja kumulyamu olukwe, naye Yamuyisanga mu mbeera y'emu gye yayisangamu abayigirizwa abalala. Yabeeranga amuwa omukisa asobole okukyuka okubivaamu yeenenye. Ne bwe yali akomererwa, Yesu yasabira abo abaamukomerera. Lukka 23:34 wagamba, *"Kitange, basonyiwe, kubanga tebamanyi kye bakola."* Kuno kwe kusaasira kwe tuyinza okukozesa okusonyiwa n'abo abatasobola kusonyiwa.

Mu kitabo kye Bikolwa, tusangamu Stefano naye yalina ekibala kino eky'okusaasira. Teyali mutume, naye yajjuzibwa ekisa n'amaanyi ga Katonda. Obubonero obw'amaanyi n'ebyewuunyo byatuukawo okuyita mu ye. Abo abatakyagala baagezaako okumuwakanya, naye yabaddirangamu mu mugezi ga Katonda mu Mwoyo Omutukuvu, nga tawakana n'abo. Kigambibwa nti abantu abaalaba mu maaso ge, yali afaanana nga malayika (Ebikolwa 6:15).

Abayudaaya n'ebalumirizibwa nnyo mu mitima bwe baamuwuliranga ng'abuulira, era ekyavaamu kwe kumutwala ebweru w'ekibuga ne bamukuba amayinja okutuuka lwe yafa. Era ne bwe yali ng'afa, yasabira abo abaali bamukuba amayinja ng'agamba, *"Mukama wange, tobabalira kibi kino!"* (Ebikolwa 7:60). Kino kitulaga nti yali yabasonyiye dda. Yali tabalinaako mpalana, wabula yalina kimu kyokka ekibala eky'okusaasira ng'abakwatirwa ekisa. Stefano yasobola okulaga emirimu egy'amaanyi bwe gityo kubanga yalina omutima ogw'ekika ekyo.

Olwo gwe oteeseteese otya omutima ogw'ekika kino? Wakyaliwo omuntu gw'otayagala oba omuntu bwe mutategeeragana? Olina okukkiriza n'okuwambaatira abalala wadde nga eneeyisa yaabwe n'endowooza zaabwe tebikwatagana n'ebibyo. Olina okusooka okulowooza nga weetadde mu bigera by'omuntu oyo. Olwo, olyoke okyuse empalana yo ku muntu oyo.

Bw'olowooza obulowooza nti, 'Naye ddala kiki ekimukoza ebintu ebyo? Nze simutegeera,' olwo nno, ojja kumukyawa era obeera nga toteredde buli lw'omulaba. Naye bw'olowooza, 'Aha, mu kattu kalimu asobola okweyisa bwatyo,' olwo nno, osobola okulekayo okumukyawa. Kati, obeera osobola okusaasira omuntu ng'oyo atasobola kwebeera kukola byakola, era ojja kumusabira.

Bw'ogenda okyusa ebirowoozo byo ne bw'owulira mu ngeri eyo, osobola okukuulayo obukyayi n'obubi obulala obukulimu mpolapola. Bw'oyongera okugenda mu maaso n'okwagala okuwalaza empaka tojja kukkiriza balala. Wadde okweggyamu obukyayi mu ggwe. Olina okweggyako ebyo by'oyita obutuukirivu oba amazima era okyuse ebirowooza n'engeri gy'owulira, osobole okukkiriza abalala n'okufaayo ku muntu yenna.

Ekitiibwa kiddize abalala

Okusobola okubala ekibala eky'okusaasira, Tulina okwebaza abalala singa ekintu kibeera kikoleddwa bulungi, era tulina okukkiriza okunenyezebwa ekintu bwe kitambula obubi. Omuntu omulala bwe babeera nga yekka gwe bayogeddeko era ne bamutendereza wadde nga mwakoze mwenna, obeera osobola okujjaguza wamu naye nga gyoli gwe gweboogeddeko. Tojja kuwulira nga toteredde ng'olowooza nti wakoze nnyo n'okusinga omuntu atenderezeddwa nti alina n'ensobi nnyingi. Ojja kubeera weebaza nga bw'olowooza nti awo ajja kubeera muvumu era ayongeremu amaanyi oluvannyuma lw'okutenderezebwa.

Maama bwakola ekintu n'omwana we, era omwana yekka n'afuna empeera, maama ayinza kuwulira atya? Tesobola kubeera maama yenna asobola kwemulugunya ng'agamba nti yeeyayambye omwana okukola omulimu obulungi kyokka teyafunye mpeera yonna. Era, kisanyusa maama okumugamba nti mulungi kyokka ate kimusanyusa nnyo abantu bwe bagamba nti muwala we mulungi nnyo.

Bwe tubeera n'ekibala eky'ekisa, tusobola okukulembeza

omuntu omulala era ne tugamba nti ekintu ekikoleddwa obulungi yakikoze. Era tujja kusanyukira wamu naye ng'atenderezeddwa nga gyoli ffe tutenderezeddwa. Okusaasira mbala ya Katonda Kitaffe oyo ajjudde okusaasira n'okwagala. Si kusaasira kwokka, naye buli kibala Eky'omwoyo Omutukuvu gwe mutima gwa Katonda atuukiridde. Okwagala, okusanyuka, emirembe, obugumiikiriza, n'ebibala ebirala byonna bye bintu eby'enjawulo ebikola omutima gwa Katonda.

N'olwekyo, okubala ebibala Eby'omwoyo Omutukuvu kitegeeza nti tulina okufuba okubeera n'omutima gwa Katonda mu ffe era tutuukirire nga Katonda bw'atuukiridde. Ebibala eby'omwoyo ebiri mu ggwe gye bikoma okwengera, gy'ojja okukoma okubeera n'okwagala, era ne Katonda ajja kubeera tasobola kukoma kukuwa kwagala Kwe. Ajja kusanyuka ng'agamba nti oli Mutabani we oba muwala we amufaanana ennyo. Bwe munaafuuka abaana ba Katonda abamusanyusa, mujja kusobola okufuna byonna bye munaasabira, n'ebyo ebintu bye mukyalowoozaako obulowooza, kubanga n'ebintu bye mulowoozaako obulowooza mu mitima gyammwe, Katonda abimanyi era ajja kubaddamu. Nsuubira nti mwenna mujja kubala ebibala eby'Omwoyo Omutukuvu mu bujjuvu era musanyuse Katonda mu bintu byonna, musobole okukulukutira mu mikisa era mweyagalire ne mu bwakabaka obw'omu ggulu ng'abaana abo abafaanana Katonda.

Ku Biri Ng'ebyo Tewali Mateeka

Abafiripi 2:5

"Mmwe mubeerengamu okulowooza kuli, era okuli mu Kristo Yesu.

Essuula 7

Obulungi

Ekibala eky'obulungi
Okunoonya obulungi okusinziira kukuyaayaana kw'Omwoyo Omutukuvu
Londawo obulungi mu bintu byonna nga Omusamaliya omulungi
Toyomba wadde okwemanya mu mbeera yonna
Tomenya lumuli lwatifu oba okuzikiza enfunzi ezinnyooka
Amaanyi okugoberera obulungi mu mazima

Obulungi

Ekiro kimu, waliwo omuvubuka eyali ayambadde engoye enjabayaba bwe yagenda okulaba abafumbo abaali bakuliridde okumuwa ekisenge eky'okupangisa. Abafumbo bano ne bamusaasira era ne bamuwa ekisenge okukipangisa. Naye omuvubuka ono yali takola, ng'akeera kunywa mwenge. Mu mbeera ng'eno abantu abasinga babeera bajja kwagala okumugoba nga balowooza nti tajja kusobola kusasula sente ezimubanjibwa. Naye abafumbo bano abaali bakuliridde baamuwa emmere era ne bamuzzangamu amaanyi nga bwe bamubuulira enjiri. Yakwatibwako ebikolwa byabwe eby'okwagala, kubanga baali bamuyisa ng'omwana waabwe yennyini. Era ekyavaamu yakkiriza Yesu Kristo era n'afuuka omusajja omuggya.

Ekibala eky'obulungi

Okwagala n'abo abalekeddwawo oba abatwalibwa nga abeebisiraani okutuuka ku nkomerero nga toweddemu maanyi buba bulungi. Ekibala eky'obulungi tekisitulibwa mu mitima gyaffe gyokka wabula kiragibwa ne mu bikolwa nga abafumbo bano abaali bakuliridde.

Bwe tubala ekibala eky'obulungi, tujja kufulumya evvumbe eddungi erya Kristo yonna gye tunaabeera. Abantu abatwetoolodde bajja kukwatibwako nga balaba obikolwa byaffe eby'obulungi era bagulumize Katonda.

"Obulungi" kwe kubeera omukakkamu, alowooza ku balala, alina omutima ogw'ekisa, n'empisa. Wabula, mu makulu ag'omwoyo, kwe kubeera n'omutima ogunoonya obulungi mu Mwoyo Omutukuvu, nga bwe bulungi mu mazima. Bwe tubala mu bujjuvu ekibala kino eky'obulungi, tujja kubeera n'omutima gwa Mukama ogwo omulongoofu era ogutaliimu bbala. Olumu, n'abatali bakkiriza abatannafuna Mwoyo Mutukuvu babeerako bwe bagoberera obulungi mu bulamu bwabwe. Abantu ab'ensi basobola okutegeera n'okumanya ekintu ekibi ku kirungi okusinziira ku busobozi bwabwe obw'okwawula ekibi ku kirungi. Nga tewali kibalumiriza, abantu ab'ensi balowooza nti balungi era batuukirivu. Naye obusobozi bw'okwawula ekirungi ku kibi bwawukana okuva ku muntu omu okudda ku mulala. Okusobola okutegeera obulungi ng'ekibala eky'Omwoyo Omutukuvu, tulina okusooka okutegeera obusobozi bw'abantu okwawula obubi ku bulungi.

Okunoonya obulungi okusinziira kukuyaayaana kw'Omwoyo Omutukuvu

Abakkiriza abaggya abamu basobola okukolokota enjiri okusinziira kw'ebyo bye bamanyi n'obusobozi bwabwe obw'okwawula obulungi ku bubi, nga bagamba, "Ekyo kyayogedde tekikwataga n'engeri ebintu gye bitambulamu mu ngeri ya sayansi." Naye bwe bagenda bakula mu kukkiriza era ne bayiga Ekigambo kya Katonda, batandika okukitegeera nti ekipimo kye bakozesa si kituufu.

Obusobozi bw'okwawula ekirungu ku kibi kye kipimo ekikozesebwa mu kwawula obulungi ku bubi, nga kino kyesigamiziddwa ki musingi gw'obutonde bw'omuntu. Obutonde bw'omuntu bwe busobozi bw'aba n'abwo okusobola okubeera omulamu bw'azaalibwa n'abwo n'ekika ky'ekifo omuntu wakulidde. Abaana abo abaafuna obulamu obulungi babeera n'obutonde obulungi. Era n'abantu abakuziddwa mu mbeera ennungi, nga balaba n'okuwulira ebintu ebirungi bingi, batera okufuna obusobozi bw'okwawula ekirungi ku kibi obulungi. Ku ludda olulala, omuntu bw'azaalibwa n'embala z'obubi nga nnyingi okuva ku bakadde be era n'asisinkana obubi bungi, embala ye n'obusobozi bw'okwawula ekibi ku kirungi bitera okubeera ebibi.

Eky'okulabirako, abaana abasomesebwa okuba n'amazima bajja kufuna okulumirizibwa bwe banaalimba. Naye abaana abakuziddwa abalimba bajja kuwulira nga kya bulijjo okulimba. Tebakirowooza nako nti balimba. Nga balowooza nti tekirina buzibu okulimba, obusobozi bwabwe okwawula obubi ku bulungi bwonoonebwa obubi ne batuuka nga tabakyalumirizibwa ne bwe bakikola.

Era, wadde abaana bakuziddwa abazadde be bamu mu mbeera y'emu, ebintu babiyingiza mu ngeri za njawulo. Abaana abamu bagondera bazadde baabwe so nga abaana abalala babeera n'emputu era nga batenguwa. Era, n'abaana abavudde mu taata ne maama nga y'omu era ne bakuzibwa abazadde bombi, obusobozi bwabwe obw'okwawula ekirungi ku kibi bujja kutondebwa mu ngeri ya njawulo.

Obusobozi bw'okumanya obulungi n'obubi bujja kutondebwa mu ngeri za njawulo okusinziira ku wa gye baakulira, n'engeri gye balabamu ebintu. Buli kitundu balina ebintu eby'enjawulo bye batwala nga bya muwendo, Era ekipimo kye baakozesanga emyaka 100 egiyise oba 50 egiyise kya njawulo ku kya leero. Eky'okulabirako, Bwe babeeranga n'abaddu, tebaalowoozanga nti kyali kikyamu okukuba abaddu n'okubakaka okukola. Era, emyaka nga 30 egiyise, kyali tekikkirizibwa abakazi okulaga emibiri gyabwe ku zi ttivvi. Nga bwe nkyogeddeko, obusobozi bw'okwawula ekirungi ku kibi bubeera bwa njawulo okusinziira ku muntu, ekifo, n'ekiseera. Abo abalowooza nti bagoberera omutima gwabwe bamala gagoberera ebyo bye balowooza nti bye bituufu. Naye nga, tebasobola kugambibwa nti bakolera mu bulungi obusingirayo ddala.

Naye ffe abakkiririza mu Katonda tulina ekipimo kye kimu kye tukozesa okwawula obulungi ku bubi. Tulina Ekigambo kya Katonda ng'ekipimo. Ekipimo kino, kye kimu leero, n'olubeerera. Obulungi obw'omwoyo kwe kubeera n'amazima ago ng'obusobozi bwaffe obw'okwawula ekibi ku kirungi era tugagoberere. Bwe bwetegefu okugoberera okuyaayaana kw'Omyoyo Omutukuvu n'okunoonya obulungi. Naye okubeera obubeezi n'okuyaayaana okugoberera obulungi, tetusobola kugamba nti tusitudde ekibala eky'obulungi. Tusobola okugamba nti tusitudde ekibala singa okuyaayaana okugoberera obulungi kulagiddwa era ne kuteekebwa mu bikolwa.

Matayo 12:35 wagamba, *"Omuntu omulungi, ebirungi abiggya mu tterekero lye eddungi, n'omuntu omubi ebibi abiggya mu tterekero lye bibi."* Engero 22:11 n'awo wagamba, *"Ayagala omutima omulongoofu, olw'ekisa eky'omu mimwa gye kabaka kyanaavanga abeera mukwano gwe."* Nga mu nyiriri ezo waggulu, abo abanoonyereza ddala obulungi bajja kubeera n'ebikolwa ebirungi ebisobola okulabibwa ne kungulu. Yonna gye balaga n'abo bonna be basisinkana, babalaga ebikolwa eby'ekisa n'okwagala n'ebigambo ebirungi wamu n'ebikolwa. Ng'omuntu eyeekubya akawoowo bwe kajja okumuwunyako, n'abo abalina obulungi bajja kuvaamu akawoowo ka Kristo.

Abantu abamu bayaayaana okubeera n'omutima omulungi, kale ne bagoberera abantu ab'omwoyo era ne bagezaako okubeera mikwano gyabwe. Banyumirwa nnyo okuwulira n'okuyiga amazima. Bakwatibwako mangu era ne bakulukusa amaziga mangi. Naye tebasobola kuteekateeka mutima mulungi olw'okuba bayaayaana okuba n'agwo. Singa baawulira era ne babeerako kye bayize, balina okukiteekateeka mu mitima gyabwe era ne bakikola. Eky'okulabirako, Bw'oba oyagala kubeera kumpi n'abantu nga weewala abo abatali balungi, kubeera kuyaayaanira bulungi? N'olwekyo waliwo n'ebintu eby'okuyiga kw'abo abatali balungi. Wadde tolina ky'oyinza kubayigako, osobola okuyiga essomo okuva ku bulamu bwabwe. Bwe wabaawo omukambwe, osobola okuyiga nti bw'obeera n'obusungu obeera oyomba buli ssaawa. Kale bwe weetegereza kino otegeera nti tolina kubeera na busungu. Bw'obeera n'abalungi bokka, tosobola kutegeera njawulo eriwo mu bintu by'owulira n'okulaba. Bulijjo wabeerawo ekintu eky'okuyiga ku bantu abalala. Oyinza okugamba nti oyaayaanira nnyo obulungi, era n'oyiga n'okutegeera ebintu bingi, naye olina okwekebera nti oba owebuseemu mu bikolwa by'obulungi ebiweza obulungi.

Londawo obulungi mu bintu byonna nga Omusamaliya omulungi

Okuva kati, Katutunuulire mu buziba, obulungi obw'omwoyo kitegeeza ki, okunoonya obulungi obw'omwoyo kye ki ne mu Mwoyo Omutukuvu. Amazima gali nti, obulungi obw'omwoyo kintu kinene nnyo. Ekikula kya Katonda bwe bulungi, nti era obulungi bulabibwa mu Bayibuli yonna. Naye olunyiriri mwe tuyinza okuwulirira evvumbe ery'obulungi obulungi ennyo lwe lwa Abafiripi 2:1-4:

Kale oba nga waliwo okukubagiza kwonna mu Kristo, oba ng'okusanyusa kwonna okw'okwagala, oba ng'okussa ekimu kwonna okw'omwoyo, oba ng'okusaasira n'ekisa, mutuukirize essanyu lyange, mulowoozenga bumu, nga mulina okwagala kumu, omwoyo gumu, nga mulowooza bumu. Temukolanga kintu kyonna olw'okuyomba newakubadde olw'ekitiibwa ekitaliimu, wabula mu buwombeefu buli muntu agulumizenga munne okusinga bwe yeegulumiza ekka, temutunuulira buli muntu ebibye yekka, era naye buli muntu n'eby'abalala.

Omuntu asitudde obulungi obw'omwoyo anoonya obulungi mu Mukama, awagira n'emirimu gy'atakkiriziganya n'agyo. Omuntu ow'ekika ekyo abeera mukakkamu era abeera tali mu bya kweraga oba okumanyibwa. Wadde abalala bayinza obutaba bagagga nga ye era nga bye bamanyi bitono ku byamanyi, asobola okubassaamu ekitiibwa okuva mu mitima gwe era asobola okufuuka mukwano gwabwe omutuufu.

Wadde abalala bamukalubiriza awatali nsonga yonna, abakkiriza mu kwagala. Abaweereza era ne yeetowaaza, kale abeera asobola okubeera mu mirembe na buli muntu. Tajja kutuukiriza buvunaanyizibwa bwe na bwesigwa kyokka wabula n'okulowooza ku mirimu gy'abantu abalala. Mu Lukka essuula 10, tulina olugero lw'omu Samaliya Omulungi.

Omusajja Yanyagibwako ebibye byonna bwe yali ava e Yerusaalemi ng'adda e Yeriko. Yagwa mu batemu abaamunyagako ebibye byonna ne bamwambula ne bamukuba emiggo kumpi ku mutta. Awo kabona yali ayitawo n'alaba nga yali afa, naye kabona oyo n'amuyitako buyisi. Omuleevi naye n'amulaba, naye n'ayitawo buyisi. Bakabona n'abaleevi be bamanyi Ekigambo kya Katonda era nga beebaweereza ne Katonda. Bamanyi amateeka okusinga omuntu omulala yenna. Era beenyumiriza nnyo mu kuweereza Katonda obulungi ennyo.

Bwe baali balina okugoberera okwagala kwa Katonda tebaalaga ekyo kye baali balina okukola. Kituufu, balina ebyekwaso eby'abagaana okuyamba omusajja ono. Naye singa abaalina obulungi, baali tebasobola kumala gayita ku musajja eyaali yeetaaga nnyo obuyambi bwabwe.

Naye Omusamaliya bwe yali ng'atambula, n'ajja waali. N'alaba ng'akubiddwa era n'amukwatirwa ekisa, n'amusiba ebiwundu bye. N'amussa ku nsolo ye n'amuleeta mu kisulo ky'abagenyi era n'alagira nnyini nnyumba okumujanjaba. Bwe bwakya enkya, n'atoola eddinaali bbiri, n'aziwa nnyini nnyumba n'amugamba nti mulabirire, n'amusuubiza nti kyonna kyaliwaayo okussukawo alikisasula lwalikomawo.

Singa Omusamaliya yali yeelowozezzaako yekka, teyandibadde na nsonga yonna eyandimukozesezza bye yakola. Naye yalina eby'okukola, era yandifiiriddwa obudde bungi saako sente bwe yandyetadde ku muntu gw'atamanyi. Era, yandimuwadde bujanjabi busooka bwokka, naye si okumutwala mu kisulo ky'abagenyi okumulabirira n'okusuubiza nga bwajja okusasula ensimbi endala zonna ezinaamugendako.

Naye olw'okuba yalina obulungi, yali tasobola butafa ku muntu eyali afa. Wadde yali ajja kufiirwa obudde ne sente, era nga wadde yalina eby'okukola, Yali tayinza kubuusa maaso omuntu eyali yeetaaga ennyo obuyambi bwe. Bwe yali tasobola kuyamba muntu ono ye yenyini, n'asaba omuntu omulala okumuyambako. Singa naye yali amuyiseeko olw'ensonga ze, mu dda Omusamaliya osanga yandibadde n'ekimulumiriza ku mutima gwe. Yandisigadde yeebuuza ebibuuzo n'okwejjusa, 'Oba kiki ekyatuuka ku musajja eyagwa mu batemu? Kale nandimutaasizza wadde nandibaddeko by'enfiirwa. Kale Katonda yabadde andaba naye nayinzizza ntya okukola ekintu ekyo?' Obulungi obw'omwoyo bwe butasobola kukigumiikiriza bwe tutalondawo ekkubo ery'obulungi. Ne bwe tuba tukiwulira nti omuntu atulimba, tulondawo bulungi mu byonna.

Toyomba wadde okwemanya mu mbeera yonna

Olunyiriri olulala olutuganya okuwulira muli obulungi lusangibwa mu Mataayo 12:19-20. Olunyiriri 19 lugamba, *"Taliyomba, so talireekaana, So tewaliba muntu aliwulira eddoboozi lye mu nguudo."* oluddako, olunyiriri 20 lugamba, "Olumuli olwatifu talirumenya, so n'enfunzi ezinyooka talizizikiza, okutuusa lw'alisindika omusango okuwangula."

Zino zoogera ku bulungi bwa Yesu obw'omwoyo. Mu biseera bye eby'obuweereza, Yesu teyalina kizibu kyonna oba oluyombo n'omuntu yenna. Okuva mu buto Bwe ng'agondera Ekigambo kya Katonda, era ne mubuweereza Bwe eri abantu, Yakola bulungi bwokka, okubuulira enjiri ey'obwakabaka obw'omu ggulu n'okuwonya abalwadde. Naye ng'ate ababi baamukemanga n'ebigambo bingi n'ekigendererwa eky'okumutta.

Buli kiseera, Yesu ng'amanya ebigendererwa byabwe ebibi naye teyabakyawa. Yabaganyanga kutegeera okwagala kwa Katonda okutuufu. Bwe baali nga tebakitegeererako ddala, nga tayomba n'abo wabula ng'abeewala. Ne bwe baali bamubuuza ebibuuzo nga banaatera okumukomerera, Teyayomba wadde okuwakana n'abo.

Bwe tuyita mu kiseera eky'okuba abaggya mu kukkiriza kwaffe ng'Abakristaayo, tubaako we tutuuka mu kuyiga Ekigambo kya Katonda. Tuba tetukyasobola kuleekaanira bantu wadde okuyomba olw'okuba waliwo obutakkaanya. Naye okuyomba tekuba kuleekanira waggulu kyokka. Bwe tuba nga tetuteredde munda muli olw'okuba tufunye obutakkaanya, kubeera kuyomba. Tukiyita kuyomba kubanga emirembe gy'omu mutima givuddewo.

Bwe kuba nga kwe kuyomba okw'omu mutima, ekikireeta kiviira ddala ku muntu oyo. Tekibaawo olw'okuba omuntu atukaluubiriza. Si lwakuba nti tebakoze mu ngeri gye tulowooza nti yentuufu. Kibaawo lwa kuba emitima gyaffe mifunda nnyo okubakkiriza, era kibaawo lwakuba tulina ebipimo ebyaffe bye tupimisa amazima n'obutuukirivu nga bikontana n'ebintu bingi.

Ppamba tayinza kuleekaana bwagwako ekintu kyonna. Ne bwe tunyeenya tutya amazzi agali mu giraasi nga mayonjo, amazzi ago gajja kusigala nga mayonjo nga tegaliimu kantu konna. Kye kimu n'emitima gy'abantu. Eddembe bwe libulawo era ne wajjawo okuwulira obubi mu mbeera ezimu, kiba bwe kityo lwakuba obubi bukyalimu mu mutima.

Kigambibwa nti Yesu teyaleekaana, olwo, kiki ekireekaanya abantu abalala? Kibaawo lwakuba babeera bagala okubaako kye balaga n'okweggyayo babalabe. Baleekaana kubanga bagala okutegeerebwa era abantu basobole okubafaako.

Yesu yalaga emirimu egy'ewuunyisa bwe gityo ng'okuzuukiza abafu n'okuzibula amaaso g'abazibe. Naye, Yali muwoombeefu. Era, abantu ne bwe baali bamudduulira bwe yali ng'Awanikiddwa ku musalaba, Yagondera bugondezi okwagala kwa Katonda okutuuka okufa, kubanga teyalina kigendererwa kyakuvaayo bamulabe (Abafiripi 2:5-8). Era kigambibwa, nti eddoboozi Lye telyawulirwa nga mu nguudo. Kitubuulira nti empisa Ze zaali zaatuukirira. Yatuukirira mu bugumiikiriza, mu ndowooza Ye, ne mu kwogera Kwe. Obulungi Bwe obusukiridde, okwetowaaza, n'okwagala okw'omwoyo ebyali munda mu mutima Gwe byalagibwa ne kungulu.

Bwe tubala ekibala eky'obulungi obw'omwoyo, tujja kuba tetulina bukuubagano bwonna oba ebizibu n'omuntu yenna mu ngeri y'emu nga Mukama bw'ataalina bukuubagano. Nga tetuyinza kwogera ku nsobi z'abalala oba obunafu bwabwe. Nga tetugezaako kwessaawo oba okweyimusa okusinga ku balala bonna. Wadde nga tubonaabona awatali nsonga, nga tetwemulugunya.

Tomenya lumuli lwatifu oba okuzikiza enfunzi ezinnyooka

Bwe tusimba omuti oba ekimera, bwe kubaako ebikoola eby'onoonese oba amatabi agamenyese, ebiseera ebisinga tubisalako. Era, tuzikiza n'enfunzi ezinnyooka, ziba tezivaamu kitangaala kimala ate nga bwe zivaamu n'omukka. Kale abantu bazikiza nzikize. Naye abo abalina obulungi obw'omwoyo 'tebajja kukutula lumuli lwatifu wadde okuzikiza enfunzi ezinyooka'. Bwe wabaawo omukisa ng'ekintu kisobola okudda engulu, tebasbola kusalako bulamu obwo, era bagezaako okuggulawo ekkubo ery'obulamu eri abalala.

Wano, 'olumuli olwatifu' kitegeeza abo abajjudde ekibi n'obubi bw'ensi eno. Enfunzi ezinnyooka kabonero akalaga abo ng'emitima gyabwe giddugaziddwa obubi era ng'ekitangaala gy'emmeeme kinaatera okuzikira. Kiba nga nti abantu bano abalinga emmuli ezaatise n'ensfuunzi ezinnyooka tebalikkiriza Mukama. Wadde bakkiririza mu Katonda, ebikolwa byabwe tebyawukana n'eby'abantu ab'ensi. Boogerera bubi n'Omwoyo Omutukuvu era ne bawakanya Katonda. Mu kiseera kya Yesu, waaliwo bangi abaali tebakkiririza mu Yesu. Era nga wadde baalaba emirimu egy'ewuunyisa egy'amaanyi ga Katonda, era baasigala bawakanya emirimu gy'Owmoyo Omutukuvu. Era Yesu yabatunuuliranga n'okukkiriza okutuuka ku nkomerero era n'abaggulira emikisa gy'okufuna obulokozi.

Olwaleero, ne mu kanisa, mulimu abantu bangi abalinga emmuli enjatifu era enfunzi ezinnyooka. Bagamba nti, 'Mukama, Mukama' n'emimwa gyabwe naye bga bakyatambulira mu kibi. Abamu ku bo bawakanya ne Katonda. N'okukkiriza kwabwe okunafu, beesitala mu kukemebwa era ne balekerawo okujja mu kanisa. Oluvannyuma lw'okukola ebintu ebirabibwa ng'ebibi mu kanisa, baswala nnyo ne bava ne mu kanisa. Bwe tuba n'obulungi, Tulina okubawa omukono gwaffe okusooka abalala bonna.

Abantu abamu bagala baagalibwe era bafiibweko mu kanisa, naye bwe kitatuukibwako, obubi mu bo nga bufubutukayo. Bafuna obuggya ku abo abaagalibwa ba memba b'ekkanisa N'abo abakula mu mwoyo, era ne baboogerako bubi. Tebeenyigira mu mulimu bwe babeera nga si be bagutandise, era bagezaako okunoonya ensobi ku mirimu ogwo.

Ne mu mbeera nga zino, abo abalina ekibala eky'obulungi obw'omwoyo bajja kukkiriza abantu bano abafulumya obubi bwabwe. Tebagezzaako kwawulamu nti ono mutuufu oba ono mukyamu, buno bulungi oba bubi olwo ne balyoka babanyigiriza. Basaanuuka ne bakwata ku mitima gyabwe nga babayisa bulungi n'omutima ogw'amazima.

Abantu abamu bansaba mbabuulire abantu abo abajja mu kanisa n'ebigendererwa ebyabwe. Bagamba nti bwe nnaakola kino bamemba b'ekkanisa tebajja kunyagibwa era abantu ab'ekika ekyo baleme okujjira ddala mu kanisa. Kituufu, okwogera amaanya gaabwe kiyinza okutukuza ekkanisa, naye nga kiyinza okuswaza ab'omu maka gaabwe oba eri abo abaabaleeta ku kanisa! Bwe tuggyamu ba memba b'ekkanisa olw'ensonga ez'enjawulo, abantu si bangi abajja okusigala mu kanisa. Buvunaanyizibwa bwa kanisa okukyusa n'abantu ababi n'okubatwala eri obwakabaka obw'omu ggulu.

Kituufu, abantu abamu bagenda mu maaso okulaga obubi obusukiridde, era nga bajja kugwa mu kkubo ery'okuzikirira ne bwe tubalaga obulungi. Naye ne mu mbeera zino, tetuyinza kumala gateekawo kkomo kukuguumikiriza kwaffe era ne tubalekerera. Buba bulungi obw'omwoyo okugezaako okubaganya okunoonya obulamu obw'omwoyo baleme okubivaako okutuuka ku nkomerero.

Eng'ano n'ebisusunku bifaanagana naye nga mu bisusunku temubeeramu kintu kyonna munda. Mu kiseera ky'amakungula, omulimi ajja kukung'anya eng'ano agiteeke mu tterekero era ebisusunku abyokye. Oba ajja kubikozesa ng'ebigimusa. Mu kanisa namwo mulimu eng'ano n'ebisusunku. Ku ngulu, buli omu ayinza okutunula ng'omukkiriza, naye mulimu engano nga bano be bagondera Ekigambo kya Katonda so nga waliwo ebisusunku nga beebagoberera obubi.

Naye ng'omulimi bwalinda okutuuka ku kiseera ky'amakungula, Katonda kwagala alindirira abo abalinga ebisusunku n'abo okukyuka okutuuka ku nkomerero. Okutuuka olunaku olusembayo nga lutuuse, tulina okuwa omukisa eri buli omu okulokoka era buli omu tumutunuulire n'amaaso ag'okukkiriza, nga tuteekateeka obulungi mu ffc.

Amaanyi okugoberera obulungi mu mazima

Oyinza okutabulwa ku ngeri obulungi buno obw'omwoyo gye bwawukana ku mbala endala ez'omwoyo. Kwe kugamba, mu lugero lw'Omusamaliya Omulungi, ebikolwa bye biyinza okuyitibwa omutima omuyambi era omusaasizi; so nga ate bwe tutayomba oba okuleekaana, olwo nno tusobola okubeera mu mirembe n'okubeera abakakkamu. Olwo, bino ebintu byonna biteekebwa mu mbala y'obulungi obw'omwoyo?

Kituufu, okwagala, ekisa mu mutima, okusaasira, emirembe, n'obuwoombeefu byonna bya bulungi. Nga bwe kyayogeddwa edda, obulungi kikula kya Katonda era kinene nnyo. Naye eky'okunokolayo mu bulungi obw'omwoyo kwe kuyaayana kw'okugoberera obulungi ng'obwo n'amaanyi okubuteeka mu nkola. Essira teriri ku ku kusaasira abalala oba ebikolwa eby'okubayamba bye nnyini. Essira liri ku bulungi obwo Omusamaliya Omulungi bwe yakozesa obutaamuganya kuyitawo lwe yali alina okubeera n'okusaasira.

Era, obutayomba n'okuleekanira waggulu n'akyo kitundu ku kubeera omuwoombeefu. Naye embala y'obulungi obw'omwoyo mu mbeera nga zino kwe kuba nti tetulina kumalawo mirembe olw'okuba tugoberera obulungi obw'omwoyo. Mu kifo ky'okuleekana osobole okumanyibwa, twagala okubeera abawoombeefu kubanga tugoberera obulungi.

Bw'oba ng'oli mwesigwa, Bw'obeera ng'olina ekibala eky'obulungi, tojja kubeera mwesigwa mu kintu kimu kyokka wabula ne mu nnyumba ya Katonda yonna. Bw'otatuukiriza obuvunaanyizibwa bwo bwonna, waliwo omuntu ayinza okubonaabona olw'ekyo. Obwakabaka bwa Katonda buyinza obutatuukirizibwa nga bwe kirina okuba. Kale bw'obeera n'obulungi mu ggwe, tojjja kuwulira bulingi ng'ebintu bino bigenda mu maaso. Toyinza kumala gabibuusa maaso, kale ojja kugezaako okubeera omwesigwa mu byonna mu nyumba ya Katonda. Kozesa etteeka lino mu mbala zonna ez'omwoyo.

Abo ababi bajja kuwulira bubi bwe batakola bubi. Gye bakoma okubeera ababi, gye bajja n'okukoma okuwulira obulungi nga bakoze obubi obuwera. Eri abo abalina omuze gw'okulya abantu ekirimi, babeera tebasobola kwekomako obutayingira mu mboozi z'abantu abalala. Ne bwe baba bakola bubi abalala oba nga babakaluubiriza, emirembe bagifuna bamaze kukola ekyo kye bagala. Wabula wadde guli gutyo, bwe bajjukira ne bagezaako okubeera nga basuula eri emize gyabwe egitakwatagana na Kigambo kya Katonda, bajja kusobola okwegyako ebintu ebyo ebisinga obungi. Naye bwe batagezaako okubirekayo, bajja kusigala kye kimu ne bwe wanaaba wayiseewo emyaka kkumi oba abiri.

Naye abantu ab'obulungi ba njawulo. Bwe batagoberera bulungi, bajja kwongera kuwulira bubi okusinga bwe babeera nga baliko kye bafiiriddwa, era bajja kubeera nga bakirowoozaako buli kiseera. Kale, wadde nga baliko bye bafiiriddwa, tebagala kukosa balala.Ne

bwe bakisangamu okukaluubirirwa, balina okukuuma ebiragiro.
Omutima guno tusobola okugusanga mu Pawulo bwe yagamba nti. Yalina okukkiriza okw'okulya ennyama, naye bwe kiba nga kinaaleetera omulala okwesittala, yali tayagala kulya nnyama yonna obulamu bwe bwonna obusigaddeyo. Mu ngeri y'emu, ne bwe kiba nga kyebagala kigenda kukaluubiriza abalala, abantu abalungi waakiri bakivaako ne basanyuka okusinga okukalubiriza abalala. Tebasobola kukola kintu kyonna ekiyinza okuswaza abalala, era nga tebayinza kukola kintu kyonna ekireetera Omwoyo Omutukuvu mu bbo okusinda.

Mu ngeri eno, bw'ogoberera obulungi mu bintu byonna, kitegeeza nti obala ekibala eky'obulungi obw'omwoyo. Bw'obala ekibala eky'obulungi obw'omwoyo, ojja kubeera ne ndowooza ya Mukama. Tojja kukola kintu kyonna ekineesitaza n'omuto. Ojja kubeera n'obulungi n'obuwoombeefu ne kungulu. Ojja kuweebwa ekitiibwa olw'okubeera n'ekikula kya Mukama, era eneeyisa yo n'olulimu lwo bijja kuba bituukiridde. Ojja kubeera mulungi mu maaso ga buli muntu, ng'ofulumya evvumbe lya Kristo.

Mataayo 5:15-16 wagamba, "...*So tebakoleeze ttabaaza okugivuunikira mu kibbo, wabula okugiteeka waggulu ku kikondo kyayo, nayo ebaakira bonna abali mu nju. Kale omusana gwa mmwe gwakenga bwe gutyo mu maaso g'abantu, balabenga ebigambo ebirungi bye mukola, balyoke bagulumizenga Kitammwe ali mu ggulu.*" Era, 2 Bakkolinso 2:15 wagamba, "*Kubanga tuli vvumbe ddungi erya Kristo eri Katonda mu abo abalokoka ne mu abo ababula.*" N'olwekyo, Nsuubira nti ekitiibwa onookiddiza Katonda mu byonna nga obala ebibala eby'obulungi obw'omwoyo mu bwangu era ng'ofulumya evvumbe eddungi erya Kristo eri ensi.

Okubala 12:7-8

"Oyo mwesigwa mu nnyumba yange yonna;

Oyo naayogeranga naye akamwa n'akamwa, mu lwatu,

so si mu bigambo bya ngero, n'okufaanana kwa MUKAMA

anaakulabanga."

Essuula 8

Obwesigwa

Obwesigwa bwaffe okusobola okukkirizibwa
Kola okusinga ku mirimu egikuweereddwa
Beera mwesigwa mu mazima
Kola okusinziira ku kwagala kwa mukama wo
Beera mwesigwa mu byonna mu nnyumba ya Katonda
Obwesigwa ku lw'obwakabaka bwa Katonda n'obutuukirivu

Obwesigwa

Omusajja yali agenda ku lugendo mu Nsi endala. Bwe yali taliiwo, ebintu bye byalina okulabirirwa, kale omulimu guno kwe kuguwa abaddu be abasatu. Okusinziira ku busobozi bwabwe buli omu. Omu yamuwa talanta emu, omulala n'amuwa talanta bbiri, n'omulala n'amuwa ttaano. Omuddu eyaweebwa ettaano yazisuubuzisa n'aviisaamu ettalanta endala ttaano. Oyo eyaweebwa ebbiri n'aviisaamu bbiri endala. Naye eyaweebwa emu yagiziika buziisi mu ttaka era teyavaamu magoba gonna.

Mukama waabwe bwe yadda n'atendereza oyo eyaviisaamu ebbiri n'ettaano era n'abawa empeera, ng'agamba *"Weebale nnyo, oli muddu mulungi mwesigwa"* (Matayo 25:21). Naye n'anenya omuddu eyagikweka mu ttaka ng'agamba, *"Oli muddu mubi, mugayaavu"* (olu. 26).

Ne Katonda atuwa obuvunaanyizibwa bungi okusinziira ku ttalanta zaffe, tusobole okumukolera. Okujjako nga tutuukirizza obuvunaanyizbwa bwaffe n'amaanyi gaffe gonna era ne tugasa obwakabaka bwa Katonda, lwe tusobola okusiimibwa nga 'abaddu ab'esigwa'.

Obwesigwa bwaffe okusobola okukkirizibwa

Enkuluze ennyonyola ekigambo 'obwesigwa' nti ye mbala y'okubeera omunyiikivu mu kwagala, okwewaayo, oba okunywerera ku bisuubizo n'okutuukiriza obuvunaanyizibwa'. Ne mu nsi, abantu abeesigwa batwalibwa nga bamuwendo olw'okwesigika.

Naye ekika ky'obwesigwa ekyo ekikkirizibwa Katonda kya njawulo ku ky'omu nsi. Okutuukiriza obutuukiriza obuvunaanyizibwa bwaffe mu bujjuvu mu bikolwa tebusobola kubeera bwesigwa bwa mwoyo. Era, bwe tuteeka okufuba kwaffe kwonna n'obulamu bwaffe mu kifo kimu, tebubeera bwesigwa mu bujjuvu. Bwe tutuukiriza obuvunaanyizibwa bwaffe ng'abakyala, ba maama, oba abaami, kiyinza okuyitibwa obwesigwa? Ekyo kibeera kukola kye tulina okukola.

Abo abeesigwa mu mwoyo bwe bugagga eri obwakabaka bwa Katonda era bafulumya evvumbe eddungi. Bafulunya evvumbe ery'omutima ogutakyukakyuka, evvumbe ery'okunnyiikira mu bugonvu. Omuntu ayinza okubugeraageranya n'obugonvu eri omulimu omulungi, n'evvumbe ery'omutima ogwesigika. Bwe tuba nga tusobola okufulumya evvumbe ery'ekika ekyo, Mukama era ajja kugamba nti tuli balungi nnyo era abeere ng'ayagala kutuwambattira. Bwe kityo bwe kyali ne ku Musa.

Abaana ba Isiraeri baali baddu mu Misiri okussuka mu myaka 400, era Musa yalina obuvunaanyizibwa okubatwala mu nsi ye Kanani. Yayagalibwa nnyo Katonda okuba nti yayogeranga naye kamwa ku kamwa. Yali mwesigwa mu byonna mu nnyumba ya Katonda era ng'atuukiriza buli kiragiro Katonda kye yamulagiranga. Teyalowooza na kulowooza ku bizibu bye yalina okuyitamu. Yasingawo ne kukubeera omwesigwa mu buli kimu mu kutuukiriza obuvunaanyizibwa ng'omukulembeze w'abaana ba Isiraeri kyokka nga mwesigwa n'eri ab'omu maka ge.

Olunaku lumu, Yesero, mukoddomi wa Musa, yajja gyali. Musa n'amubuulira ku birungi Katonda bye yali akoledde abaana ba Isiraeri. Olunaku olwaddako, Yesero n'alaba ekintu ekitali kya bulijjo. Abantu nga basimbye ennyiriri okuviira ddala ku makya okusobola okulaba Musa. Baamuleeteranga enkaayana zaabwe abatawulule. Yesero kwe kumuwa amagezi.

Okuva 18:21-22 wagamba, *"Nate, olonde mu bantu bonna abasajja abasaana, abatya Katonda, ab'amazima, abakyawa amagoba agatali ga butuukirivu, obakuze ku bo babe abakulu b'enkumi, n'abakulu b'ebikumi n'abakulu b'amakumi ataano, n'abakulu b'amakumi. Babasalire abantu omusango ebiseera byonna kale buli nsonga nnene banaagikuleeteranga ggwe, naye buli nsonga ntono banaagiramulanga bokka, bwe kityo kinaabeeraga kyangu ku ggwe, n'abo baneetikkanga wamu naawe."*

Musa yawuliriza ebigambo bye. N'akiraba nti mukoddomi we yalina ensonga era n'agikkiriza. Musa n'alonda abasajja ab'amazima, abakyawa amagoba agatali ga butuukirivu, era n'abateekawo okukulira enkumi, ebikumi, ab'amakumi ataano, n'abakulu b'amakumi. Beebaakolanga abalamuzi b'abantu mu nsonga ennyangu era nga Musa asalawo ku bukuubagano obw'amaanyi.

Omuntu asobola okubala ekibala eky'obwesigwa bwatuukiriza obuvunaanyizibwa bwe bwonna n'omutima omulungi. Obwesigwa bwa Musa eri ab'omu maka ge saako okuweereza abantu be. Yateekamu amaanyi ge gonna, era olw'ensonga eno yasobola okusiimibwa nti mwesigwa mu byonna mu nnyumba ya Katonda. Okubala 12:7-8 wagamba, *"Omuddu wange Musa si bwali bw'atyo, oyo mwesigwa mu nnyumba yange yonna. oyo naayogeranga akamwa n'akamwa, mu lwatu, so si mu bigambo bya ngero, n'okufaanana kwa MUKAMA anaakulabanga."*

Olwo, muntu wa kika ki asitula ekibala eky'obwesigwa ekisiimibwa Katonda?

Kola okusinga ku mirimu egikuweereddwa

Abakozi bwe basasulwa olw'omulimu gwe bakoze, tetuyinza kugamba nti beesigwa bwe babeera batuukiriza buvunaanyizibwa bwabwe bwokka. Tusobola kugamba nti baatuukirizza omulimu gwabwe, naye baakoze ekyo kyokka ekibasasuza, kale tetusobola kugamba nti beesigwa. Naye ne mu bakozi abasasulwa, waliwo abakola okusinga ku kye balina okukola. Tebagayaala nga bakola oba ne balowooza nti balina okukola waakiri nga bwe basasulwa. Batuukiriza obuvunaanyizibwa bwabwe n'omutima gwabwe gwonna, emmeeme yaabwe, awatali kulowooza ku budde bwabwe ne sente, nga balina okuyaayaana okuva mu mutima.

Abamu ku bakozi b'omu kanisa ab'enkalakalira bakola okusinga bwe basasulwa. Bakola nga wadde essaawa zaabwe ez'okukola ziweddeko oba nga lunaku lwabwe lwa kuwummula, era ne bwe babeera tebakola babeera balowooza ku buvunaanyizibwa bwabwe eri Katonda. Babeera balowooza ku ngeri gye bayinza okuweereza ekkanisa ne ba memba mu ngeri esingako nga bakola okusinga ku mirimu egibaweereddwa. Era, batuukiriza n'obuvunaanyizibwa bw'okukulembera ebibinja eby'enjawulo naddala abakung'anira mu maka okusobola okulabirira emyoyo. Mu ngeri eno omuntu abeera mwesigwa ng'akola okusinga ku mirimu n'obuvunaanyibwa obwamukwasibwa.

Era, mu kutwala obuvunaanyizibwa, abo ababala ekibala eky'obwesigwa bajja ku kukola n'okusinga kw'ekyo kye bavunaanyizibwako. Eky'okulabirako, nga bwe gwali ne ku Musa, yawaayo obulamu bwe, bwe yasaba okusobola okulokola abaana ba Isiraeri abaali b'onoonye. Kino tusobola okukisanga mu kusaba kwe okusangibwa mu Kuva 32:31-32, wagamba, *"Woo, abantu abo bayonoonye ekyonoono ekinene, ne beekolera bakatonda aba zaabu. Naye kaakano, bw'onoosonyiwanga ekyonoono kyabwe, naye bw'otoobasonyiwe, osangule nze, nkwegayiridde mu kitabo kyo kye wawandiika!"* Musa yali atuukiriza obuvunaanyizibwa buno, teyagonda bugonzi mu bikolwa okukola ekyo Katonda kye yamulagira okukola. Teyalowooza nti oba, 'Nkoze buli kisoboka okubatuusaako okwagala kwa Katonda, naye tebaakukkiriza. Kati sikyayinza kubayamba.' Yalina omutima gwa Katonda era n'alung'amya abantu n'okwagala kwe saako amaanyi ge gonna. Eyo yensonga, abantu bwe baayonoona, yawulira nga gyoli ye yali ayonoonye, era n'ayagala kivunaanibwe ye.

Kye kimu n'omutume Pawulo. Abaruumi 9:3 wagamba, *"Kubanga nandyagadde nze mwene okukolimirwa Kristo olwa baganda bange, ab'ekika kyange mu mubiri,"* Wadde tumanyi era ne tuwulira ku bwesigwa bwa Pawulo ne Musa, tekitegeeza nti tuteeseteese obwesigwa.

N'abo abalina okukkiriza era nga batuukiriza obuvunaanyizibwa bwabwe bayinza okuba nga bandibaddeko ekirala eky'okwogera so si Musa kye yayogera ne bwe bandibadde mu mbeera y'emu nga gye yalimu. Kwe kugamba, bayinza okugamba, "Katonda, nakoze buli ekisoboka. Abantu bano mbasaasira, naye nange mbonyeebonye nnyo nga mbakulembera." Kye babeera bategeeza kye kino "Nkakasa nti nkoze kyonna kye nina okukola." Oba, bayinza okutya nti bajja kunenyezebwa wamu n'abantu abo olw'ebibi byabwe wadde nga tebalina kye bavunaanyizibwa ku bibi by'abantu. Omutima gw'abantu ab'ekika ekyo guli wala ku bwesigwa.

Kituufu, si buli omu nti ayinza okusaba nti, "Nkwegayiridde sonyiwa ebibi byabwe oba gyamu erinnya lyange mu kitabo eky'obulamu." Kitegeeza nti bwe tubala ekibala eky'obwesigwa mu mitima gyaffe, tetuyinza kumala gagamba nti sivunaanyizibwa ku bintu ebyagenze obubi. Nga tetunnalowooza nti twakoze kyonna ekisoboka mu bikolwa byaffe, tulina okusooka okulowooza ekika ky'omutima gwe twalina obuvunaanyizibwa bwe bwali butuweebwa omulundi ogwasooka.

Era, tujja kusooka okulowooza ku kwagala n'okusaasira kwa Katonda eri emyoyo nti era Katonda tayagala gizikirire wadde nga agamba nti agenda kubabonereza olw'ebibi byabwe. Olwo, ssaala ya kika ki gye tuyinza okusaba okuva eri Katonda? Ddala twandyogedde okuva ku ntobo y'emitima gyaffe, "Katonda, nsobi yange. Nze ataabalung'amya bulungi. Baweeyo omukisa gumu omulala ku lwange Mukama."

Kye kimu ne mu mbeera endala zonna. Abo abeesigwa tebamala gagamba, "Nkoze ekimala," naye bajja kukola obutakoowa n'omutima gwabwe gwonna. Mu 2 Bakkolinso 12:15 Pawulo agamba, *"Era ndiwaayo era ndiweebwayo n'essanyu eringi olw'obulamu bwa mmwe. Bwe nsinga okubaagala ennyo, njagalibwa katono?"*

Kwe kugamba, Pawulo teyakakibwa okufaayo eri emyoyo wadde okukikola mu mankwetu. Yakisanyukirangamu okutuukiriza obuvunaanyizibwa bwe era eyo yensonga lwaki yagamba nti ajja kuyigganyizibwa olw'emyoyo emirala.

Yeewaayo emirundi egiwera n'okwewaayo kwonna olw'emyoyo emirala. Nga bwe gwali ku Pawulo, bwali obwesigwa obutuufu bwe tuba nga tusobola okutuukiriza obuvunaanyizibwa bwaffe mu ssanyu n'okwagala.

Beera mwesigwa mu mazima

Katugambe waliwo omuntu eyeeyunga ku kikoosi era n'awaayo obulamu bwe bwonna okukikulira. Katonda ayinza okugamba nti mwesigwa? Nedda tayinza! Katonda Akkiriza obwesigwa bwaffe bwe bubeera mu bulungi n'amazima.

Nga Abakristaayo bannyiikira okutambulira mu kukkiriza, ebiseera ebisinga baweebwa obuvunaanyizibwa bungi. Mu mbeera ezimu bagezaako okubutuukiriza n'amaanyi mu kusooka, naye ate ekiseera kituuka ne babivaako. Ebirowoozo byabwe bitwalibwa ebintu nga bizinensi ze bagezaako okugaziya n'okuteekateeka. Bayinza okukendeeza mu kufuba kwabwe olw'obuvunaanyizibwa bwabwe olw'ebizibu mu bulamu oba olw'okuba bagala okwewala okuyigganyizibwa okuva mu balala. Olwo lwaki omutima gwabwe gukyuka mu ngeri eno? Kibaawo lwakuba baalekayo obwesigwa obw'omwoyo bwe yali atuukiriza emirimu gya Katonda.

Obwesigwa obw'omwoyo kwe kukomola emitima gyaffe. Kwe kwoza eminagiro gy'emitima gyaffe obutakoowa. Kwe kweggyako buli kika kya bubi, agatali mazima, obubi, obutali butuukirivu, obujjeemu, n'ekizikiza era ne tufuuka abatukuvu. Okubikkulirwa 2:10 wagamba, *"Beeranga mwesigwa okutuusa okufa, nange ndikuwa engule ey'obulamu."* Wano, okubeera omwesigwa okutuuka okufa tekitegeeza butegeeza nti tulina okukola ennyo era tube beesigwa okutuusa lwe tulifa wano ku nsi. Kitegeeza n'okugezaako okutuukiriza Ekigambo kya Katonda mu Bayibuli mu bujjuvu n'obulamu bwaffe bwonna.

Okusobola okutuukiriza obwesigwa obw'omwoyo, tulina okusooka okulwanyisa ebibi okutuuka ku ssa ery'okuyiwa omusaayi n'okukuuma amateeka ga Katonda. Ekisookerwako kwe kweggyako obubi, n'ebibi, saako agatali mazima ebyo Katonda byakyawa ennyo. Bwe tuba tukola bukozi nnyo nga tetukomola mutima gwaffe, tetuyinza kugamba nti tulina obwesigwa obw'omwoyo. Nga Pawulo bwe yagamba "Nfa bulijjo," tulina okukomerera emibiri gyaffe mu bujjuvu olwo ne tufuuka abatukuziddwa. Buno bwe bwesigwa obw'omwoyo.

Katonda Kitaffe ky'ayaayaanira okusinga kwe kutulaba nga tutuukiridde. Tulina okutegeera kino era tufube nga bwe tusobola okukomola emitima gyaffe. Kituufu, tekitegeeza nti tetulina kukkiriza buvunaanyizibwa bwonna nga tetunatuukirira mu bujjuvu. Kitegeeza nti buli buvunaanyizibwa bwonna bwe tukola essaawa eno, tulina okutuukiriza obutuukirivu nga bwe tutuukiriza n'obuvunaanyizibwa.

Abo abagenda mu maaso n'okukomola emitima gyabwe tebajja kubeera na nkyukakyuka ey'endowooza zaabwe mu bwesigwa bwabwe. Tebajja kulekayo buvunaanyizibwa bwabwe obw'omuwendo kubanga balina obuzibu mu bulamu bwabwe obwa bulijjo oba okulumwa mu mutima. Obuvunaanyizibwa obuweebwa Katonda kye kisuubizo ekyakolebwa wakati wa Katonda naffe, kale tetulina kumenyawo kisuubizo kyaffe ne Katonda embeera k'ebeera nzibu etya.

Ku ludda olulala, kiki ekinaatuukawo bwe tunaalekayo okukomola emitima gyaffe? Tetujja kusobola kukuuma mitima gyaffe bwe tunaaba tusisinkanye obuzibu n'emitawaana. Tusobola n'okuva ku nkolagana y'obwesige bwe tulina ne Katonda era ne tuva ku buvunaanyizibwa bwaffe. Olwo nno, bwe tukomyawo ekisa kya Katonda, ate ne tuddamu ne tukola n'amaanyi okumala ekiseera, kino kigenda kibeera bwe kityo. Abakozi abambuka n'okukka mu ngeri eno tebasobola kutwalibwa nti beesigwa, wadde ng'omulimu gwabwe basobola okugukola obulungi.

Okubeera n'obwesigwa obukkirizibwa Katonda, tulina okubeera n'obwesigwa obw'omwoyo, ekitegeeza nti tulina okukomola emitima gyaffe. Naye okukomola omutima gwaffe tefuuka mpeera yaffe. Okukomola omutima tteeka eri abaana ba Katonda abalokole. Naye bwe tweggyako ebibi era ne tutuukiriza n'omutima ogutukuziddwa, tusobola okubala ebibala ebisingawo okusinga bwe tukituukiriza n'omutima ogw'omubiri. N'olwekyo, tujja kufuna empeera ezisingawo.

Eky'okulabirako, katugambe otuyaanye ng'okola obwannakyewa mu kanisa olunaku lw'onna ku ssabbiiti. Naye obadde oyomba n'abantu bangi era n'omalawo emirembe gyonna ku bantu. Bwoweereza ekkanisa nga weemulugunya n'obukyayi, empeera zo ezisinga zijja kukugibwako. Naye bw'oweereza ekkanisa n'obulungi n'okwagala nga oli mu mirembe n'abalala bonna, emirimu gyo gyonna gijja kubeera akawoowo akakkirizibwa Katonda, era buli kikolwa kyo kijja kufuukamu empeera.

Kola okusinziira ku kwagala kwa mukama wo

Mu kanisa, tulina okukola okusinziira ku mutima n'okwagala kwa Katonda. Era, tulina okubeera abeesigwa nga tugondera bakama baffe okusinziira ku kiragiro eky'omu kanisa. Engero 25:13 wagamba, *"Ng'empewo eya serugi bw'ebeera mu biro eby'okukunguliramu, omubaka omwesigwa bw'abeera bw'atyo eri abo abamutuma. Kubanga aweezaweeza emmeeme ya bakama be."*

Wadde tufuba nnyo mu buvunaanyizibwa bwaffe, tetusobola

kuweezaweeza kwagala kwa bakama baffe bwe tumala gakola bye twagala. Eky'okulabirako, katugambe makama wo ku mulimu akugambye okusigala mu woofiisi olw'okuba waliwo kasitooma omukulu ennyo ajja. Naye ng'ate olina emirimu emirala egya woofiisi gy'olina okukwataganya ebweru wa woofiisi era n'ofuluma n'ogenda, naye ne kitwala olunaku lulamba. Wadde wafulumyemu okukola emirimu gya woofiisi, mu maaso ga mukama wo tobeera mwesigwa.

Ensonga lwaki tetugondera kwagala kwa bakama baffe lwakuba tugoberera ebyo bye twagala oba kubanga tweyagaliza fekka. Omuntu ow'ekika ekyo ayinza okulabika ng'aweereza mukama we, naye nga ddala takikola mu bwesigwa. Agoberera bugoberezi ndowooza ze na kwagala kwe, era alaze nti asobola okulekayo okwagala kwa mukama we essaawa yonna.

Mu Bayibuli tusoma ku muntu erinnya lye Yowaabu, eyali ow'oluganda lwa Dawudi era nga yakulira eggye lya Dawudi. Yowaabu yali ne Dawudi mu biseera bye byonna ebizibu Dawudi bwe yali agobebwa Kabaka Sawulo. Yalina amagezi era yali muvumu nga tatya. Yeeyateekanga mu nkola ebintu Dawudi bye yayagalanga bikolebwe. Nga bamaze okulumba Abamooni era ne batwala ekibuga kyabwe, kyenkana yeyakiwamba, naye yaganya Dawudi okujja okukiwamba ye yennyini. Teyeddiza kitiibwa kya kuwamba ekibuga naye n'a ganya Dawudi okukitwala.

Yaweereza Dawudi bulungi nnyo mu ngeri eno, naye Dawudi yali tateredde waali. Kyali bwe kityo lwakuba yajeemera Dawudi bwe yali ng'ekintu yakifunamu. Yowaabu teyasibamu okulaga empisa ze embi mu maaso ga Dawudi bwe yalina ebigendererwa ebibye.

Eky'okulabirako, omukulu w'eggye Abuneeri, eyali omulabe wa Dawudi, yajja eri Dawudi okwewaayo. Dawudi n'amwaniriza era n'amusiibula. Kyali bwe kityo lwakuta Dauwudi yali asobola okukakkanya abantu amangu ng'abakkiriza. Naye Yowaabu kino bwe yakitegeera, n'agoberera Abuneeri era n'amutta. Kyali bwe kityo lwakuba Abuneeri yali asse muganda wa Yowaabu mu lutalo olwaliwo. Yamanya nti Dawudi yali ajja kufuna ebizibu bingi singa yatta Abuneeri naye yagenda mu maaso n'agoberera ekyo kye yali ayagala.

Era, n'omwana wa Dawudi Abusaalomu bwe yajeemera Dawudi, Dawudi n'asaba abasirikale abaali bagenda okulwana n'abasajja ba Abusaalomu okukwata omwana we n'ekisa. Wadde yawulira ekiragiro kino, Yowaabu yagenda mu maaso n'okutta Abusaalomu. Oba olyawo singa baaleka Abusaalomu nga mulamu, yandizeemu ne yeewaggula, naye ku nkomerero, Yowaabu yajeemera ekiragiro kya kabaka n'akola ekikye.

Wadde yayita mu mbeera zonna enzibu ne kabaka, yamujeemera mu kiseera ekikulu ennyo, era Dawudi n'atasobola kubeera nga amwesiga. Era ekyavaamu, Yowaabu yajeemera Kabaka Sulemaani, omwana wa Dawudi, era n'attibwa. Mu kiseera kino era, mu kifo ky'okugondera okwagala kwa Dawudi, yayagala okuteekako omuntu ye gweyalowooza nti yalina okubeera kabaka. Omuntu eyaweereza Dawudi obulamu bwe bwonna, mu kifo ky'okumaliriza ng'omuzira, obulamu bwe bwakomekkereza bufuuse bwa kiyeekera.

Bwe tukola omulimu gwa Katonda, si nsonga tugukoze n'amaanyi g'enkana ki, naye ekikulu kwe kuba nga tugoberera okwagala kwa Katonda. Tekirina makulu okubeera omwesigwa nga bw'owakanya okwagala kwa Katonda. Bwe tukola mu kanisa, tulina n'okugoberera bakama baffe nga tetunnagoberera kwagala kwaffe. Mu ngeri eno, omulabe setaani tajja kutulumiriza era tujja kusobola okuddiza Katonda ekitiibwa ku nkomerero.

Beera mwesigwa mu byonna mu nnyumba ya Katonda

'Okubeera omwesigwa mu byonna mu nnyumba ya Katonda' kitegeeza okubeera omwesigwa mu mbeera zonna ezikwata ku bulamu bwaffe. Mu kanisa, tulina okutuukiriza obuvunaanyizibwa bwaffe bwonna ne bwe tuba nga tulina obuvunaanyizbwa bungi. Wadde tetulina mulimu gwonna mu kanisa, buvunaanyizibwa bwaffe okubeera we tulina okubeera nga ba memba.
Si mu kanisa mwokka, naye ne mu bifo gye tukolera saako ku ssomero, buli muntu alina obuvunaanyizibwa bwe. Mu mbeera zino zonna, tulina okutuukiriza obuvunaanyizibwa nga ba memba. Okubeera omwesigwa mu byonna mu nnyumba ya Katonda kwe kutuukiriza obuvunaanyizibwa bwaffe mu mbeera zonna ez'obulamu bwaffe: nga abaana ba Katonda, nga abakulembeze oba ba membe b'ekkanisa, oba nga ab'omu maka, nga abakozi mu kitongole, abayizi oba abasomesa mu ssomero. Tetulina kubeera beesigwa eri obuvunaanyizibwa bwe tulina mu kintu ekimu oba ebibiri ne tulekayo obuvunaanyizibwa bwaffe obulala. Tulina okubeera abeesigwa mu byonna mu mbeera zonna.
Omuntu ayinza okulowooza, 'Nnina omubiri gumu olwo nnyinza ntya okubeera omwesigwa mu byonna?' Naye gye tukoma okukyuka okufuuka ob'omwoyo, kiba tekikyali kizibu okukyuka okufuuka abeesigwa mu byonna mu nnyumba ya Katonda. Ne bwe tuteekamu obudde butono nnyo, ddala

tusobola okukungula ekibala bwe tusiga mu mwoyo.
Era, abo abakyuse ne bafuuka ab'omwoyo tebagoberera byabwe na kibasanyusa wabula balowooza ku balala bwe bafunamu. Balaba ebintu nga beeteeka mu bigere by'abalala okusooka. N'olwekyo, abantu ng'abo bajja kutuukiriza obuvunaanyizibwa bwabwe wadde nga kitegeeza kuwaayo bulamu bwabwe. Era, gye tukoma okutuuka ku ddaala cry'omwoyo, omutima gwaffe gye gukoma okujjuzibwa obulungi. Era bwe tubeera abalungi tetujja kwekubira ku ludda lumu lwokka. Era, wadde tulina obuvunaanyizibwa bungi, tetujja kulekerera buvunaanyizibwa bwonna.

Tujja kufuba nga bwe tusobola okufa ku bintu ebitwetoolodde, nga tugezaako okufa ku balala okusinga bwe tubadde tukikola. Olwo, abantu abatwetoolodde balyoke bawulire amazima g'omutima gwaffe. Kale, tebajja kuggwaamu maanyi kubanga tetusobola kubeera n'abo ekiseera kyonna naye bajja kusanyuka nti tubalowoozaako.

Eky'okulabirako, omuntu omu bw'abeera n'obuvunaanyizibwa bwa mirundi ebiri, era nga mukulembeza mu kibiina ekimu so nga mu kirala memba kyokka. Wano, bw'aba n'obulungi era bw'abala ekibala eky'obwesigwa, tajja kulekerera ekimu ku byo. Tajja kumala gagamba, "ba memba b'ekibiina kiri bajja kukitegeera lwaki sisobodde kubeerawo kubanga ndi mukulembeze w'ekibiina ekisoose." Bw'abeera tasobola kubeerawo mu kibiina eky'ogeddwako oluvannyuma, ajja kugezaako okubeerako bw'ayamba ekibiina ekirala mu ngeri endala ne mu mutima. Mu ngeri y'emu, tusobola okubeera abeesigwa mu byonna mu nnyumba ya Katonda era ne tubeera ne ddembe na buli omu gye tukoma okubeera n'obulungi.

Obwesigwa ku lw'obwakabaka bwa Katonda n'obutuukirivu

Yusufu yatundibwa ng'omuddu mu nnyumba ya Potifaali, eyali akulira eggye erikuuma olulyo olulangira. Era Yusufu yali mwesigwa era eyeesigika okuba nti Potifa yatuuka n'okulekera omuddu ono obuvunaanyizibwa bw'okulabirira ennyumba yonna era n'ateeraliikirira kintu kyonna kye yakolanga. Kyali bwe kityo lwakuba Yusufu yalabirira n'obuntu obutono n'amaanyi ge gonna, okubeera ng'alowooza ku mutima gwa mukama we.

Obwakabaka bwa Katonda n'abwo bwetaaga abakozi bangi abeesigwa nga Yusufu mu bitundu bingi. Bw'obaako n'obuvunaanyizibwa, era n'obutuukiriza mu bwesigwa nga mukama wo talina kwerariikirira wadde, olwo nno, ng'ojja kubeera empagi eri obwakabaka bwa Katonda!

Lukka 16:10 wagamba, *"Abeera omwesigwa ku kintu ekitono ennyo, ne ku kinene aba mwesigwa, era aba omulyazaamaanyi ku kintu ekitono ennyo ne ku kinene aba mulyazaamaanyi."* Wadde yaweerezanga mukamawe gwe tulabako, Yusufu yakola n'obwesigwa n'okukkiririza mu Katonda. Katonda teyakitwala ng'ekitaliimu makulu, wabula yafuula Yusufu katikkiro wa Misiri.

Sibeerangako awo nga nteredde ku bikwatagana n'omulimu gwa Katonda. Bulijjo n'ateekangayo okusaba kw'ekiro kyonna nga sinnaba na kuggulawo ekkanisa, naye ekkanisa bwe yamala okuggulibwawo, n'asabanga okuva ku ssaawa mukaaga ez'ekiro okutuuka ssaawa kkumi nzekka olwo ne ndyoka nkulembera okusaba kw'oku makya ennyo ku ssaawa kkumi n'emu ez'okumakya. Mu kiseera ekyo twali tetunateekayo kusaba kwa

Danyeri okuliwo leero, okutandika essaawa essatu ez'ekiro. Twali tetulina musumba mulala yenna oba abantu abakulembera okusaba mu maka ag'enjawulo, kale nalinanga okukulembera okusaba kw'oku makya kwonna. Naye saayosaayo lunaku n'olumu. Era, nalinanga okutegeka okusaba kwa sande bwe kunaatambulanga, Okusaba okw'okusatu, n'olw'okutaano ekiro kyonna, nga eno bw'ensoma n'eby'eddiini. Saalekayo kutuukiriza buvunaanyizibwa bwange oba okubusindikira abalala mbu kubanga nali nkooye. Bwe nakomawo okuva mu tendekero ly'eby'eddiini, Nga ndabirira abalwadde oba nga mbeerako ba memba benkyalira. Waalingayo abantu abalwadde bangi abajjanga okuva mu bitundu by'eggwanga byonna. N'eteekayo omutima gwange gwonna buli lwe nnakyaliranga memba we kanisa okubaweereza mu mwoyo.

Mu kiseera ekyo, abamu ku bayizi baalinanga okutambuliranga mu bbaasi za mirundi ebiri oba essatu okusobola okutuuka ku kanisa. Kati, tulina Bbaasi ku kanisa, naye mu kiseera ekyo tetwalina. Kale, Nnayagalanga abayizi okujjanga ku kanisa nga tebalina kya kwerariikirira bisale bya ntambula. Nga mperekera abayizi okutuuka we balinnyira era nga mbasasulirayo ebisale by'entambula. Nga mbawa sente ezimala ne basobola okukomawo ku kanisa olunaku oluddako. Ebiseera ebyo ng'esente ezikung'anyizibwa mu kiweebwayo zibeera nga ddoola nga ziizo, era nga tekisobola na kukolebwa kanisa. Era nga ntoola ku zange nga ze mbawa.

Ng'omuntu omuggya bwe yeewandiisa, nga buli omu mutwala nga kya bugagga eky'omuwendo, kale nga mbasabira era nga ng'abana n'abo okwagala waleme okubeerayo agenda. Olw'ensonga eno mu kiseera ekyo teri muntu yenna yeewandiisanga nti muggya mu kanisa n'agenda. Bwetyo ekkanisa egenda ekula. Naye kati olw'okuba ekkanisa erina ba memba bangi, kitegeeza nti obwesigwa bwange bwawola? Nedda! okuyaayaana kwange olw'emyoyo tekuwolanga.

Kati wetwogerera, tulina amatabi g'ekkanisa agali eyo mu 10,000 mu nsi yonna n'abasumba bangi, abakadde b'ekkanisa, ba dinkoni abakulu, n'abakulembeze mu disitulikiti, eggombolola, n'ebibiina ebikung'anira awaka. So ng'ate, okusabira emyoyo n'okugyagala byeyongera kubeera by'amaanyi.

Oba olyawo obwesigwa bwo mu maaso ga Katonda buwoze! Mu mmwe mulimu omuntu eyalina obuvunaanyizibwa bwa Katonda, naye nga kati takyabukola? Bw'oba ng'olina obuvunaanyizibwa bwe bumu ne bwe walina edda, okunnyiikira kwo tekusse? Bwe tuba nga tulina okukkiriza okutuufu, obwesigwa bwaffe bujja kweyongerako buli gye tukoma okukula mu kukkiriza kwaffe, era ne tubeera beesigwa mu Mukama okusobola okutuukiriza obwakabaka bwa Katonda n'okulokola emyoyo egiwera. Kale tujja kufuna empeera ez'omuwendo nnyingi edda mu Ggulu!

Singa Katonda obwesigwa yabwagala mu bikolwa byokka, Yali talina kutonda muntu, kubanga eggye ery'omu ggulu ddene nnyo ne bamalayika abatabalika bamugondera bulungi nnyo. Naye Katonda teyayagala muntu agonda awatali kakwakkulizo konna, ng'alinga ebyuma ebikola emirimu. Yayagala abaana abanaaba ab'esigwa mu kwagala Katonda nga kiva ku ntobo y'emitima gyabwe.

Zabuli 101:6 wagamba, *"Amaaso gange ganaatunuuliranga*

abeesigwa ab'omu nsi, batuulenga wamu nange, atambulira mu kkubo ettuukirivu ye anampeerezanga." Abo abeggyako buli kika kya bubi era ne bafuuka ab'esigwa mu byonna mu nnyumba ya Katonda bajja kufuna omukisa okuyingira Yerusaalemi Empya, nga kye kifo ekisingayo obulungi eky'okubeeramu mu Ggulu.

N'olwekyo, Nsuubira nti mujja kufuuka abalinga empagi ez'obwakabaka bwa Katonda era mweyagalire mu kitiibwa ky'okubeera ku lusegere lwa Namulondo ya Katonda.

Matayo 11:29

"Mwetikke ekikoligo kyange,

muyigire ku nze, kubanga ndi muteefu

era omuwombeefu mu mutima,

nammwe muliraba ekiwummulo eky'omu mwoyo Gwammwe."

Essuula 9

Obuwombeefu

Obuwombeefu okukkiriza abantu abangi
Obuwombeefu Obw'omwoyo nga bugobereddwa obugabi
Embala z'abo abasitudde ekibala eky'obuwombeefu
Okubala ekibala eky'obuwombeefu
Tteekateeka ettaka eddungi
Emikisa egy'abo abawombeefu

Obuwombeefu

Ekyewuunyisa abantu bangi bafa nnyo ku bukambwe, ku kiyongobero, oba ku mbala yaabwe okuba nti beefaako bokka oba nti bafa nnyo ku by'abalala. Abantu abamu beekwasa nnyo enkula yaabwe mu buli kintu naddala bwe byonooneka nga bagamba, "Sirina kyakukola nange bwetyo bwe nakula." Naye Katonda ye yatonda abantu, era si kizibu Gyali okukyusa embala y'omuntu n'amaanyi Ge.

Musa lumu yatta omuntu olw'obusungu bwe, naye yakyusibwa amaanyi ga Katonda okutuuka ku ssa ly'okuba nti yakkirizibwa Katonda nti ye yali omuntu asingayo okubeera omuwombeefu ku nsi yonna. Omutume Yokaana baali baamutuma lya, 'Omwana w'eggulu mu kubwatuka', naye yakyusibwa amaanyi ga Katonda era n'ekikkirizibwa nti ye yali 'omutume omuwombeefu'.

Bwe babeera nga beetegefu okusuula eri obubi era batereeze ennimiro z'emitima gyabwe, n'abo ab'obusungu, abo abeetwalira waggulu, n'abo abeelowoozaako bokka basobola okukyusibwa ne bateekateeka embala y'obuwombeefu.

Obuwombeefu okukkiriza abantu abangi

Mu nkuluze obuwombeefu kwe kuba oba okubeera mu mbeera ng'okakkanye, ogonda, okwata mpola, era ng'ebigambo byo si bingi. Abo abalina ensonyi oba 'abatayagala kubeera mu bantu' nge kye kikula kyabwe, oba abo abatasobola kweyogerako basobola okulabika ng'abawombeefu. Abo abatalina kye bamanyi oba abo abatanyiiga wadde olw'okuba okutegeera kwabwe kuli wansi basobola okulabika ng'abawombeefu eri abantu ab'ensi.

Naye obuwombeefu obw'omwoyo si kwe kuba ng'Okwata

mpola era nga teweerwanako. Kwe kubeera n'amagezi, n'obusobozi okwawulawo wakati w'ekituufu n'ekikyamu, kyokka ng'eno bw'osobola n'okutegeera saako okukkiriza omuntu yenna kubanga mu bo temuli bubi bwonna. Kwe kugamba, obuwombeefu obw'omwoyo kwe kubeera omugabi omulungi nga bw'otaddeko okubeera omugonvu era omukwata empola. Bw'obeera n'embala eno ey'okugaba, tojja kumala gabeera musirise ekiseera ekyonna, naye nga weewa n'ekitiibwa bwe kibeera kyetaagisa.

Omutima gw'omuntu omuwombeefu gugonda nga ppamba. Bw'omukubamu ejjinja oba okumufumitafumita n'empiso, ppamba ajja kubikka bubisi ekintu ekyo era akiwambaatire. Mu ngeri y'emu, omuntu omulala ne bw'amuyisa atya, abo abawombeefu mu mwoyo tebajja kubeera na bukyaayi mu mitima gyabwe eri omuntu oyo. Kwe kugamba, tebanyiiga oba okubeera nga tebateredde, era tebamalaako balala mirembe.

Tebasalira balala musango oba okukolokota abalala wabula bategeera era ne bakkiriza. Abantu bajja kuwulira bulungi okubeera kumpi n'omuntu ow'ekika ekyo, era abantu bangi bajja kusobola okujja era bawummulire mw'abo abawombeefu. Kibanga omuti omunene ogulina amatabi amangi nga mu gwo ebinyonyi bingi bizimbamu ebisu byabyo era ne biwumulira ku matabi.

Musa y'omu ku bantu eyasiimibwa Katonda nti muwombeefu. Okubala 12:3 wagamba, *"Era omusajja Musa yali muwombeefu nnyo okusinga abantu bonna abaali ku nsi yonna."* Mu kiseera nga Abayisiraeri bava mu Misiri abaana ba Isiraeri baali bassukka mu basajja 600,000 abakuze. Okwo bw'osaako abakazi n'abaana nga babeera eyo mu bukadde bubiri. Okukulembera omuwendo gw'abantu abo bonna mulimu si mwangu eri omuntu omulala yenna. Naddala ng'okulembera abantu abaali bakakanyazizza emitima gyabwe engeri gye baali mu buddu. Bwe babeera nga batera okukukuba, okubeera nga bakuyiira ebivumo n'okudduulira, n'okukukozesa emirimu egy'amaanyi egy'abaddu, omutima gwo gukakanyala ne guguma. Mu mbeera ng'eno, kiba kizibu okuteeka ekisa mu mutima gw'omuntu ng'oyo oba okumwagazisa Katonda okuva mu mutima. Eyo yensonga lwaki abantu abo baajemeranga Katonda buli ssaawa nga wadde Musa yali abalaze ebintu eby'amaanyi bingi.

Ne bwe baasisinkananga ekizibu ekitono mu bulamu bwabwe, nga batandika okwemulugunya ku Katonda. Naye okulaba obulabi nga Musa akulembera abantu ab'ekika ekyo mu ddungu okumala emyaka 40, tusobola okutegeera engeri Musa gye yali omuwombeefu mu mwoyo, nga kye kimu ku bibala eby'Omwoyo Omutukuvu.

Obuwombeefu Obw'omwoyo nga bugobereddwa obugabi

Naye waliwo omuntu yenna alowooza bwati nti, 'Sinyiiga, era ndowooza nti ndi muwombeefu okusinga abalala bonna, naye lwaki sifuna kuddibwamu eri okusaba kwange. Era siwulira na ddoboozi lya Mwoyo Mutukuvu bulungi'? Olwo nno olina okwekebera okulaba oba nga obuwombeefu bwo bwa mubiri. Abantu bayinza okugamba nti oli muwombeefu bw'obeera omusirise era atalina bigambo bingi, naye ng'obwo bubeera buwombeefu bwa mubiri.

Katonda kyayagala bwe buwombeefu obw'omwoyo. Obuwombeefu obw'omwoyo si kubeera mugonvu kyokka oba omugumiikiriza wabula kwe kubeera nga bigobereddwa ebikolwa eby'okugaba. Ku buwombeefu bw'omu mutima, olina okwongerako, okuba omugabi ennyo nga kuno kulabika kungulu okusobola okutuukiriza obuwombeefu obw'omwoyo. Kye kimu n'omuntu alina empisa ennungi ennyo, ng'ayambadde ne suuti egendera ku mpisa ze. Wadde omuntu alina empisa, bw'atambulatambula ngali bwereere talina ngoye, obwereere bwe bujja kumuswaza. Mu ngeri y'emu, obuwombeefu okutali bugabi kuba tekuweddeyo.

Obugabi obungi kye kiyamba obuwombeefu okumasamasa, wabula kya njawulo ku bikolwa ebigoberera amateeka oba eby'obunanfuusi. Obutuukirivu bwe bubeera nga tebuli mu mutima gwo, tekiyinza kugambibwa nti olina obugabi obungi olw'okuba olina ekikolwa eky'okungulu ky'okoze. Bwe weesiba ku ky'okulaga ebikolwa ebirung ku ngulu, mu kifo ky'okuteekateeka omutima gwo, ebiseera ebisinga olekayo okutegeera obunafu bwo era mu bukyamu n'olowooza nti otuukirizza obukulu obw'omwoyo obuwera.

Naye ne mu nsi eno, abantu abeeraga ku ngulu naye nga munda mu bo temuli mpisa nungi tebasobola kukwata ku mitima gy'abantu abalala. Ne mu kukkiriza bwe kityo, okumala obudde bwonna ku bikolwa eby'okungulu awatali kuteekateeka obulungi obw'omunda tekirina makulu.

Eky'okulabirako, abantu abamu beeyisa bulungi, naye ate ne basalira abalala emisango era ne banyooma n'abantu abalala abatasobola kweyisa nga bo. Basobola n'okulemera kw'ebyo bye balowooza nti bye bituufu bwe babeera balowooza ku ngeri abalala gye balowoozaamu, 'Kino kye kituufu, lwaki oba tebakikola bwe batyo?' Basobola okwogera ebigambo ebirungi bwe babeera nga bawa amagezi, naye ate ne bakolokota abalala mu mitima gyabwe, boogera nga beesigama kw'ebyo bye balowooza nti ge mazima era nga bakozesa obukyaayi. Abantu tebasobola kuwummulira wali abantu ab'ekika ckyo. Bajja kuwulira bubi era baggweemu amaanyi, kale bajja kubeera tebagala kubeera kumpi n'abantu abo.

Abantu abamu banyiiga era ne beetamwa olw'ebyo bye balowooza nti bye bituufu n'obubi. Kyokka bagamba nti 'kye banyiigidde kituufu' nti era babadde bakikola ku lw'abalala. Naye abo abalina omutima omunene tebajja kuggwako mirembe mu mutima gwabwe embeera ne bwebeera etya.

Bw'obeera ng'oyagala okubala ekibala eky'Omwoyo Omutukuvu mu bujjuvu, tosobola kumala gabikka bubi mu mutima gwo n'endabika yo ey'okungulu. Bw'okola kino, olwo nno obeera weeraga eri abantu abalala. Olina okubeera nga weekebera mu buli kintu era olondewo ekkubo ery'obulungi.

Embala z'abo abasitudde ekibala eky'obuwombeefu

Abantu bwe balaba abo abawombeefu era nga balina n'emitima eminene, bagamba nti emitima gy'abantu bano giringa egy'oguyanja ogunene. Oguyanja ogunene gukkiriza buli amazzi gonna agonooneddwa okuva mu nzizi n'emigga era ne gugayonja. Bwe tuteekateeka omutima omunene era omuwombeefu nga ogw'oguyanja, tusobola okutwala n'emyoyo egiddugaziddwa eri ekkubo ery'obulokozi. Bwe tubeera n'omutima omunene ku ngulu n'obuwombeefu munda, tusobola okukwata ku mitima gy'abantu bangi, era tusobola okutuukiriza ebintu eby'amaanyi bingi. Kati kankuwe eby'okulabirako by'embala z'abo abasitudde ekibala eky'obuwombeefu.

Okusooka, Beewa ekitiibwa era ebikolwa byabwe bisaanidde.

Abo abatabumbujja mu busungu naye ng'ate tebasalawo mangu tebasobola kukkiriza balala. Bajja kunyoomebwa era bakozesebwe abalala. Mu byafaayo, bakabaka abamu baali bakwata mpola naye tebaalina mitima minene, kale ensi yaabwe yali teteredde. Bwe waayitawo ebbanga mu byafaayo abantu tebaamulaba ng'omuntu eyalina obuwombeefu wabula baamulaba ng'eyali tasobola era nga tasalawo mangu.

Ku ludda olulala, bakabaka abamu baali bakyamufu nga bakwata mpola so ng'era baalina amagezi n'okwewa ekitiibwa. Wansi w'obufuzi bw'omuntu ng'oyo, ensi yalinga eteredde, abantu nga balina emirembe. Mu ngeri y'emu, abo abawombeefu era nga balina emitima emigazi balina ekipimo ekirungi eky'Okusalawo. Bakola ekyo eky'obutuukirivu nga baawulawo ekituufu ku kikyamu mu ngeri entuufu.

Yesu bwe yatukuza Yeekaalu era n'anenya bannaanfuusi Abafalisaayo n'abawandiisi, Yali mugumu nnyo era nga akakasa kye yaliko. Alina omutima omuwombeefu ogutayinza 'kumenya lumuli lwewese oba okuzikiza enfuunzi', naye era yakambuwalira abantu bwe yali alina okukikola. Bw'obeera nga weewa ekitiibwa mu ngeri eyo n'Omutima omulongoofu, abantu tebasobola kukunyooma wadde nga toleekaanira waggulu oba okugezaako okubeera omukambwe.

Endabika ey'okungulu n'ayo ekwatagana n'okubeera n'empisa za Mukama saako ebikolwa ebituukiridde eby'omubiri. Abo abalina omutima ogw'ekisa era nga beewa ekitiibwa, balina obuyinza era nga bye boogera bya mugaso; tebamala googera. Bambala bulungi ku buli mukolo. Nga balina akamwenyumwenyu, wabula nga tebasibye mitaafu.

Eky'okulabirako, katugambe omuntu alina enviiri entakuufu nga n'engoye ze bwe zityo, kyokka nga teyeewa na kitiibwa. Katugambe ayagala nnyo n'okusaagasaaga n'okwogera ebintu ebitaliimu magezi. Ddala kibeera kizibu omuntu ng'oyo okumwesiga n'abantu okumuwa ekitiibwa. Abantu abalala tebajja kwagala abakkirize wadde abawambaatire.

Singa Yesu yali mukubi wa lwali essaawa yonna, abayigirizwa Be bandigezezaako okusaaga naye. Awo Yesu bwe yandibasomesezza ekintu ekizibu, banditandikiddewo okuwakana oba ne balemera ku birowoozo byabwe. Naye ekyo baali tebasobola ku kikola. N'abo abajjanga waali okuwakana nga tebasobola kuwakana nnyo kubanga yali yeewa ekitiibwa. Ebigambo bya Yesu n'ebikolwa Bye bulijjo by'abanga n'ekitiibwa saako omugundu, kale ng'abantu tebabitwala ng'eby'olusaago.

Kituufu abantu abali ku ddaala erya waggulu olumu basaaga n'abantu be bakulembera okusobola okukendeeza ku bunkenke. Naye be bakulembera bwe bayitiriza olwali nga mwotadde n'empisa embi, kino kitegeeza nti tebakitegedde bulungi. Naye abakulembeze bwe batabeera beesimbu, ne bamala galabika nga bwe bagala, tebasobola kuweebwa kitiibwa okuva mu balala wadde okubeesiga. Naddala, abo abali ku ddaala erya waggulu mu kitongole balina okubeera n'endowooza entuufu, engeri ey'okwogeramu, ne neeyisa ennungi. Omuntu ali ku ddaala erya waggulu mu kitongole ayinza okukozesa olulimi olw'ekikungu era ne yeeyisa mu ngeri ey'ekikungu mu maaso g'abo abamuli wansi, naye olumu, omu ku bamuli wansi bw'amuwa ekitiibwa ekiyitiridde, ono ali ku ddaala erya waggulu ayinza okwogera mu ngeri eya bulijjo, obutatiisa nnyo oyo amuli wansi, okusobola okukakkanya abamuli wansi. Mu mbeera ng'eno, obuteeyisa mu ngeri ya kikungu nnyo kisobola okumalawo obunkeeke abo abali ku ddaala erya wansi ne basobola okuggulawo omutima gwabwe mu ngeri eno. Naye olw'okuba abali ku ddala erya waggulu bagezezzaako okugyawo obunkeeke, baakulira tebalina kumunyooma, nga babawakanya oba okubajjemera.

Abaruumi 15:2 wagamba, *"Buli muntu mu ffe asanyusenga munne mu bulungi olw'okuzimba."* Abafiripi 4:8 wagamba, *"Ebisigaddeyo, ab'oluganda eby'amazima byonna, ebisaanira ekitiibwa byonna, eby'obutuukirivu byonna, ebirongoofu byonna, ebyagalibwa byonna, ebisiimibwa byonna, oba nga waliwo obulungi era oba nga waliwo ettendo, ebyo mubirowoozenga."* Mu ngeri y'emu, abo abakola ebikolwa eby'ekisa era nga balina emitima emigazi mu buli kimu era nga batuukirivu, balowooza nnyo ku kusanyusa abalala n'okubawuliza obulungi.

Ekiddako, abawombeefu balaga ebikolwa eby'okusaasira n'ekisa olw'okubeera n'omutima omugazi.

Tebakoma ku kuyamba abo abeetaaga ensimbi wabula n'abanafu mu mwoyo nga bababudaabuda n'okubalaga ekisa. Naye wadde balina obuwombeefu mu bo, obuwombeefu obwo bwe busigala mu mitima gyabwe gyokka, kizibu okuvaamu evvumbe erya Kristo. Eky'okulabirako, katugambe waliwo omukkiriza ali mu kubonaabona olw'okuyigganyizibwa olw'okukkiriza kwe. Abakulembeze mu kanisa abamwetoolodde bwe bakitegeera, bakwatibwa ekisa era ne bamusabira. Be bakulembeze abakwatibwa ekisa mu mitima gyabwe gyokka. Ku ludda olulala, abakulembeze abalala ne bamubudaabuda n'okumuzzaamu amaanyi saako okumuyamba mu bikolwa okusinziira ku mbeera nga bweri. Bamuzaamu amaanyi nga bamuyamba awangule n'okukkiriza.

Kale, okulowooza obulowooza ku muntu mu mutima n'okulaga ebikolwa bye nnyini kiba kyanjawulo ddala eri omuntu oyo ali mu kuyita mu kizibu. Obuwombeefu bwe bulabika ne kungulu ng'ebikolwa eby'ekisa, kisobola okuwa abalala ekisa n'obulamu. N'olwekyo, Bayibuli bw'egamba 'abawombeefu balisikira ensi' (Matayo 5:5), kyekuusa nnyo ku bwesigwa obwo obulagibwa okuva mu mutima omugazi era ogw'ekisa. Okusikira ensi kikwatagana n'empeera ez'omu ggulu. Ebiseera ebisinga, okufuna empeera ez'omu ggulu kikwatagana n'obwesigwa. Bw'ofuna omudaali ng'akasiimo, ekitiibwa eky'okukola obulungi, oba ekirabo olw'okubuulira enjiri, kiva mu bwesigwa bwo.

Mu ngeri y'emu, abawombeefu bajja kufuna emikisa, naye nga tekiva ku mutima omuwombeefu gwokka. Omutima ogwo omuwombeefu bwe gugenderako ebikolwa eby'ekisa n'omutima omugazi, bajja kubala ekibala eky'obwesigwa. Olwo nno bafune empeera eziva mu kyo. Kwe kugamba, bw'okkiriza era n'owambatira emyoyo mingi n'omutima omunene, n'obabudaabuda era n'obazzaamu amaanyi n'okubawa obulamu, ojja kusikira ensi mu Ggulu okuyita mu bikolwa eby'ekika ekyo.

Okubala ekibala eky'obuwombeefu

Olwo, tuyinza tutya okubala ekibala eky'obuwombeefu? Mu kwogera nga maliriza, tulina okuteekateeka omutima gwaffe ne gufuuka ettaka eddungi.

N'ayogera nabo bingi mu ngero, ng'agamba nti, "Laba, omusizi yafuluma okusiga, bwe yali ng'asiga, ensigo endala ne zigwa ku mabbali g'ekkubo, ennyonyi ne zijja ne zizirya, endala ne zigwa awali enjazi, awatali ttaka lingi, amangu ago ne zimera, kubanga tezaalina ttaka ggwanvu, enjuba bwe yavaayo, ne ziwotookerera, kubanga tezaalina mmizi, ne zikala. Endala ne zigwa ku maggwa, amaggwa ne gamera, ne gazizisa, endala ne zigwa ku ttaka eddungi, ne zibala emmere, endala kikumi, endala nkaaga, endala makumi asatu" (Matayo 13:3-8).

Mu Matayo essuula 13, omutima gufaananyiziddwa n'ebika by'ettaka bya mirundi ena. Gusobola okusengekebwa mu ttaka ery'okumabbali g'ekkubo, ery'okuttaka ery'okulwazi, eriri mu magwa, n'ettaka eddungi.

Omutima ogw'ettaka erifaananyiziddwa n'eryo ery'oku mabbali g'ekkubo gulina okumenyamenyebwa okuvaamu ebyo bye guyita eby'obutuukirivu ne bye gulowooza nti g'emazima.

Emabbali g'ekkubo etambulirayo abantu bangi era ne waguma, kale ensigo tezisobola kusimbibwawo. Ensigo tezisobola kumera

era ziriibwa ennyonyi. Abo abalina omutima ogw'ekika ekyo balina omutima ogw'emputu. Tebaggulawo mitima gyabwe eri amazima, kale babeera tebasobola kusisinkana Katonda wadde okubeera n'okukkiriza.

Ebyo bye bamanyi ne bye bakkiririzaamu bibadde binywezeddwa nnyo mu bo nti tebasobola kukkiriza Kigambo kya Katonda. Balowooleza ddala nti beebatuufu. Bbo okusobola okumenyaamenya ebyo bye bayita obutuukirivu era amazima, balina okusooka okuzikiriza obubi obuli mu mutima gwabwe. Kizibu omuntu okumenyaamenya ebyo byayita obutuukirivu oba amazima omuntu oyo bwalemera ku malala, okwemanya, emputu n'obulimba. Obubi obw'ekika ekyo bujja kuleetera omuntu okubeera n'ebirowoozo eby'omubiri ebimulemesa okukkiririza mu Kigambo kya Katonda.

Eky'okulabirako, abo ababadde bakungaanya obulimba mu mitima gyabwe tebasobola kulekayo kubusaabusa wadde abalala babeera bamugamba amazima. Abaruumi 8:7 wagamba, *"kubanga okulowooza kw'omubiri bwe bulabe eri Katonda, kubanga tekufugibwa mateeka ga Katonda, kubanga n'okuyinza tegakuyinza."* Nga bwe kyawandiikibwa, tebasobola kugamba nti 'Amiina' eri Ekigambo kya Katonda wadde okukigondera.

Abantu abamu babeera n'empaka nnyingi mu kusooka, naye bwe bafuna ekisa era ebirowoozo byabwe n'ebikyusibwa, banyiikira nnyo mu kukkiriza kwabwe. Bwe kityo bwe kiba bwe babeera n'omutima omukalubo ku ngulu naye ng'omutima ogw'omunda muteefu. Naye abantu abalinga ettaka ery'oku mabbali g'ekkubo banjawulo ku bantu bano. Bbo n'omutima gwabwe ogw'omunda nagwo gubeera mugumu. Omutima omukakanyavu kungulu naye nga mugonvu munda gusobola okufaananyizibwa bbalaafu omutonotono, so nga omutima ogulinga ettaka ery'oku mabbali g'ekkubo gufaananyizibwa n'ekidiba ky'amazzi agakutte okutuukira ddala wansi.

Olw'okuba omutima ogulinga ettaka ery'oku mabbali g'ekkubo gubeera gukakanyaziddwa agatali mazima n'obubi okumala ebbanga eddene, si kyangu okumenyaamenya omutima ogw'ekika kino mu kiseera ekitono. Omuntu alina okubeera nga agumenyaamenya buli kadde okusobola okuguteekateeka. Buli Ekigambo kya Katonda lwe kitakwatagana n'ebirowoozo byabwe, babeera balina okulowooza oba nga ddala ebirowoozo byabwe bituufu. Era balina, n'okukung'anya ebikolwa eby'obulungi Katonda asobole okubawa ekisa.

Olumu, abantu abamu bansaba okubasabira basobole okufuna okukkiriza. Kituufu, era kya nnaku nti tebasobola kufuna kukkiriza ne bwe babeera bamaze okulaba amaanyi ga Katonda n'okuwuliriza ennyo Ekigambo kya Katonda, wabula kisingako obutagerezaako ddala. Mu mbeera ey'omutima ogufaanana emabbali g'ekkubo, ab'omu maka gaabwe n'abakulembeze b'ekkanisa balina okubasabira n'okubakulembera, naye nga kikulu n'abo okufuba ennyo. Olwo nno, ekiseera kijja kutuuka, ensigo y'ekigambo etandike okumera mu mutima gwabwe.

Omutima ogufaananyiziddwa ne ttaka ery'oku lwazi nnyini gwo alina okweggyako okwagala okw'ensi.

Bw'osiga ensigo ku ttaka ery'oku lwazi, zijja kumera naye tezisobola kukula bulungi olw'olwazi. Mu ngeri y'emu, abo abalina omutima ogulinga ogw'ettaka ery'oku lwazi bagwa amangu ddala ng'ebigezo n'okuyigganyizibwa bizze, oba okukemebwa.

Bwe bafuna ekisa kya Katonda, bawulira nga ddala bagala okugezaako okutambulira mu kigambo kya Katonda. Bayinza n'okulaba emirimu egy'amaanyi ag'Omwoyo Omutukuvu. Kwe kugamba, ensigo ey'ekigambo yagwa ku mutima gwabwe n'ebuukako. Era ne bwe babeera bafunye ekisa kino, babeera n'ebirowoozo ebikontana ebivaayo, ne bwe babeera banaatera okugenda ku kanisa sande eddako. Ddala beerabira ku Mwoyo Omutukuvu, naye batandika okubuusabuusa nga balowooza nti oba olyawo kyabadde kya kiseera buseera kuccamukirira. Balina ebirowoozo ebibaleetera okubuusabuusa, era ne baggala oluggi lw'omutima gwabwe nate.

Ate abalala obukuubagano bubeera buva ku ky'okuba nti tasobola kulekayo mize gye oba eby'amasanyu ebirala bye bamanyidde okweyagaliramu, era ne batakuuma lunaku lwa Mukama. Bwe bayigganyizibwa ab'omu maka gaabwe oba bakama baabwe ku mulimu nga batambulira mu bulamu Obw'omwyo mu kukkiriza, ne balekayo okugenda mu kanisa. Bafuna ekisa eky'amaanyi era ne balabika ng'abatambulira mu bulamu obw'okukkiriza okumala ekiseera, naye bwe babeera n'ekizibu n'abakkiriza abalala mu kanisa, basobola okuwulira obubi era amangu ago ne bava mu kanisa.

Olwo, nsonga ki eviirako ensigo y'Ekigambo obutabeera na mmizi? Kibaawo 'olw'enjazi' eziteekebwa mu mitima. Omubiri gw'omutima gukiikiriddwa 'enjazi' era nga gano agatali mazima ge gabalemesa okukuuma Ekigambo. Mu bintu ebitali by'amazima ebingi, mubaamu ebigumu ennyo ebiremesa ensigo ey'Ekigambo okusimba emmizi. Naddala, omubiri gw'omutima gwagala nnyo ensi eno.

Bwe babeerako amasanyu g'ensi agamu ge banyumirwa, Kibabeerera kizibu okukuuma Ekigambo ekibagamba nti, "Kuumanga olunaku lwa Ssabbiiti nga lutukuvu." Era, abo abalina olwazi lw'okweyagaliza bokka mu mutima gwabwe tebajja ku kanisa kubanga bakyawa okuwaayo ekimu eky'ekkumi eri Katonda. Abantu abamu balina enjazi ez'obukyayi mu mitima gyabwe, kale ekigambo ky'okwagala tekisobola kusimba mmizi mu bo.

Mu abo abajja ku kanisa obulungi, mulimu abalina omutima nga ogw'ettaka ery'oku lwazi. Eky'okulabirako, wadde baazaalibwa era ne bakulira mu maka ag'ekikristaayo era nga baayiga Ekigambo okuva mu buto, tebakitambuliramu. Beerabira ku Mmwoyo Omutukuvu era olumu ne bafuna n'ekisa, naye tebeggyako kwagala kwa nsi. Bwe babeera nga bawuliriza Ekigambo, balowooza muli nti tebalina kutambulira mu bulamu bwe bali mu kutambuliramu, naye bwe baddayo ewaka nga baddayo mu nsi nate. Babeera mu bulamu obwa nnampawengwa ng'ekigere ekimu kiri wa Katonda ekirala kiri mu nsi. Olw'ekigambo kye baawulidde Katonda tebamuvaako, naye nga bakyalina enjazi nnyingi mu mutima gwabwe eziremesa Ekigambo kya Katonda okumera emmizi.

Era, ennimiro ezimu enjazi ziri mu bitundubitiundu. Eky'Okulabirako, abantu abamu beesigwa awatali kukyusakyusa mmeeme zaabwe. Era babala n'ebibala ebimu. Naye nga balina obukyayi mu mutima gwabwe, era babeera n'obukuubagano n'abalala mu buli kimu. Era bakolokota n'okukolokota abalala, bwe batyo ne babuza ku bantu bonna emirembe. Olw'ensonga eno, ne bwe wayitawo emyaka mingi tebabala kibala kya kwagala oba ekibala eky'obuteefu. Abalala balina emitima emiteefu era emirungi. Balowooza ku balala era ne babafaako, naye si beesigwa. Bangu mu butatuukiriza bisuubizo byabwe era nga si babuvunaanyizibwa mu bintu bingi. Kale balina okutereeza obunafu bwabwe nga bateekateeka ennimiro zaabwe mu ttaka eddungi.

Olwo tuyinza tutya okusigulayo enjazi mu nnimiro zaffe?

Okusooka, tulina okufuba okugoberera Ekigambo. Waliwo omukkiriza agezaako okutuukiriza obuvunaanyizibwa bwe mu kugondera Ekigambo ekitugamba okubeera abeesigwa. Naye si kyangu nga bwe yali alowooza.

Bwe yali nga akyali memba w'ekkanisa kyokka nga talina kifo kya buvunaanyizibwa kyonna kyalimu, ba memba abalala nga be bamuweereza. Naye kati mu kifo kyalimu yalina okuweereza ba memba abalala abatali mu kifo kyonna kya buvunaanyizibwa. Ayinza okuba agezaako nga bwasobola, naye kimukaluubiriza bwabaako gwakola naye nga takkiriziganya na mbeera ze. Obukyayi bwe n'obusungu buva mu mutima gwe. Era bwatyo n'aba ng'afiirwa obujjuvu bwe obw'Omwoyo, era n'alowoozo ne ku ky'okulekayo obuvunaanyizibwa bwe.

Olwo nno, obukyayi buno ze njazi z'alina okweggyako okuva mu nnimiro nga gwe mutima gwe. Kino ekimusiikuuka kiva ku lwazi olunene oluyitibwa 'obukyayi'. Bwagezaako okugondera Ekigambo, 'beera mwesigwa', awo ng'asisinkana olwazi oluyitibwa 'obukyayi'. Kino bwakitegeera alina okulumbagana olwazi olwo oluyitibwa 'obukyayi' era olukabaleyo. Olwo lwokka lwasobola okugondera Ekigambo kya Katonda ekitulagira okwagala n'okubeera mu mirembe. Era talina kukirekayo bulesi olw'okuba kizibu, naye alina okwongera okunywerera ku buvunaanyizibwa bwe n'okubutuukiriza mu kwagala okungi ennyo. Mu ngeri eno, asobola okukyuka n'afuuka omukozi omuwombeefu.

Eky'okubiri, tulina okusaba obutalekaayo nga tutambulira mu Kigambo kya Katonda. Enkuba bwetonya mu nnimiro, ejja kugonda era ennyikire amazzi. Era nga kino kiseera kirungi okuggyamu enjazi. Mu ngeri y'emu, bwe tusaba, tujja kujjuzibwa Omwoyo, era omutima gwaffe gujja kugonda. Bwe tujjuzibwa Omwoyo Omutukuvu olw'okusaba, tetulina kusubwa mukisa ogwo. Tulina okuggyamu enjazi amangu ddala. Kwe kugamba, tulina okuteeka ebintu mu nkola ebyo bye tubadde tetuyinza kugondera luli. Gye tukoma okukola kino, n'enjazi ennene eziri munda ddala zijja kuyuuzibwa zigibweyo. Bwe tufuna ekisa n'amaanyi ga Katonda agava waggulu era ne tufuna obujjuvu bw'Omwoyo Omutukuvu, olwo nno tusobola okweggyako obubi bwe tutandisobodde kweggyako n'amaanyi gaffe.

Ennimiro eyamaggwa tebala kibala olw'okwerariikirira kw'ensi n'obulimba bw'e by'obugagga.

Bwe tusiga ensigo mu kifo ekirimu amaggwa, zisobola okumera era n'ezikula, naye olw'amaggwa tezisobola kubala kibala kyonna. Mu ngeri y'emu, abo abalina omutima ogulinga ogw'ennimiro ey'amaggwa bakkiriza era ne bagezaako okutambulira mu Kigambo ekiweereddwa, naye nga tebasobola kutambulira mu kigambo mu bujjuvu. Kibeera bwe kityo lwakuba beerariikirira eby'ensi, n'obulimba bw'eby'obugagga, nga gwe mululu gwa sente, etutumu, n'amaanyi. Olw'ensonga eno, babeera mu kubonaabona ne mu bigezo.

Abantu ab'ekika ekyo babeera beerariikirira buli ssaawa

olw'ebintu ebikwatibwako nga emirimu gy'awaka, bizinensi zaabwe, oba emirimu gy'enkya ne bwe babeera bazze ku kanisa. Balina kubeera nga bazzibwamu maanyi nakufuna maanyi maggya bwe babeera mu kusaba ku kanisa, wabula babeera mu kulowooza ku birala ebibeerariikiriza. Kale, ne bwe bamala sande nnyingi ku kanisa, tebasobola kuloza ku ssanyu eryannama ddala ery'Okukuuma ssabbiiti nga ntukuvu. Bwe babeera nga ddala sande bagikumye nga ntukuvu, emmeeme yaabwe yandibadde ekulaakulana era ne bafuna emikisa egy'omwoyo n'ebikwatikako. Naye tebasobola kufuna mikisa ng'egyo. Kale, balina okuggyamu amaggwa era batambulire mu Kigambo bulungi olwo basobole okubeera n'omutima omulungi-ennimiro.

Olwo, tuyinza tutya okulongoosa ennimiro ey'amagwa?

Tulina okukulayo amaggwa okuviira ddala ku kikolo. Amaggwa gayimiriddewo ku lw'ebirowoozo eby'omubiri. ekikolo ky'ago kiyimiriddewo ku lw'obubi n'ebintu eby'omubiri mu mutima. Kwe kugamba, obubi n'ebyo ebiviirako obubi mu mutima y'ensibuko y'ebirowoozo eby'ensi. Amatabi bwe g'aba nga ge gokka ge batemyeko mu nsiko ejjudde amagwa, gajja kuddamu gakule. Mu ngeri y'emu, wadde tusalawo obutaddamu kubeera na birowoozo bya mubiri, tetusobola kubiremesa kutujjira kasita tubeera nga tulina obubi mu mutima gwaffe. Tulina okusiggulayo obubi omubiri gw'omutima okuviira ddala kukikolo.

Mu mirandira emingi, bwe tukuulayo omulandira oguyitibwa okweyagaliza fekka n'okwemanya, tusobola okubaako omubiri gwe tweggyako okuva mu mutima gwaffe. Ensi kyeva etusiba era ne twerariikirira ebintu eby'ensi lwakuba tweyagaliza nnyo ebintu eby'ensi. Bulijjo tubeera tulowooza ku kiki kye tufunamu era ne tugoberera engeri zaffe, wadde tuyinza okugamba nti tutambulira mu Kigambo kya Katonda. Naye nga, bwe tubeera n'okwemanya tetusobola kugonda mu bujjuvu. Tukozesa amagezi ag'omubiri n'ebirowoozo byaffe eby'omubiri kubanga tulowooza nti tusobola okukola ekintu. N'olwekyo, tulina okusooka okukuulayo emirandira gy'okweyagaliza n'okwemanya.

Tteekateeka ettaka eddungi

Ensigo bwe zisigibwa mu ttaka eddungi, zimera era ne zikula bwe zityo ne zimera emirundi 30, 60, oba 100 okusingawo. Abantu abalina ennimiro nga gwe mutima tebabeera butuukirivu bwe beerowooleza oba ebyo bye bayita amazima ng'abo abalina emitima egiringa emabbali g'ekkubo. Tebalina njazi wadde n'akamu oba amaggwa, era n'olwekyo bagondera Ekigambo kya Katonda na kimu kyokka 'Ye' ne 'Amiina'. Mu ngeri eno, basobola okubala ebibala mu bungi.

Kituufu, kizibu okwawula obulungi wakati w'ennimiro eri ku mabbali g'ekkubo, Ennimiro ey'enjazi, ey'amaggwa, ne ey'ettaka eddungi ez'emitima gy'abantu nga tuzeekenneenya nga gyoli tulina ekipimo. Omutima ogulinga emabbali g'ekkubo gusobola okubeeramu enjazi. So nga n'ettaka eddungi lisobola okubeeramu n'agatali mazima agalinga enjazi mu kukula. Wabula wadde ennimiro ya kika ki, tusobola okugifuula okuba ne ttaka eddungi bwe tunyiikira okugikabala. Mu ngeri y'emu, ekintu ekikulu kwe kufuba kwe tufuba okukabala ennimiro mu kifo ky'ekika kye nnimiro kye tuba nakyo.

N'awantu awakalu ennyo era nga tewabaza mmere wasobola okuteekebwateekebwa ne wafuuka ettaka eddungi singa omulimi anyiikira okukabala n'okulabirirawo. Mu ngeri y'emu, emitima nga z'ennimiro z'abantu gusobola okukyusibwa amaanyi ga Katonda. N'omutima omukakanyavu ogulinga emabbali g'ekkubo gusobola okuteekebwateekebwa n'obuyambi okuva eri Omwoyo Omutukuvu. Kituufu, okufuna Omwoyo Omutukuvu tekitegeeza nti olwo omutima gwaffe gunaaba gumaze okukyuka. Mulina okubaamu n'okufuba kwaffe. Tulina okugezaako okunyiikira okusaba, okulowooleza mu mazima mu buli kimu, n'okugezaako okutambulira mu mazima. Tetulina kubivaako olw'okuba tugezezaako wiiki eziwera oba emyezi egiwera, wabula tulina okugenda mu maaso nga tufuba.

Katonda okufuba kwaffe akutunuulira nga tannatuwa kisa Kye n'amaanyi n'obuyambi okuva eri Omwoyo Omutukuvu. Bwe tuteerabira bye tulina okukyusa era ne tukyusa ensonga zino olw'ekisa n'amaanyi ga Katonda saako obuyambi okuva eri Omwoyo Omutukuvu, olwo nno tujja kufuukira ddala banjawulo omwaka we gunaggwerako. Tujja kwogera ebigambo ebirungi olw'amazima, era ebirowoozo byaffe bijja kukyuka okufuuka ebirungi ebyo eby'amazima.

Gye tukoma okukabala ennimiro nga gy'emitima gyaffe n'egifuuka ettaka eddungi, ebibala ebirala eby'Omwoyo Omutukuvu bijja kubala mu ffe. Naddala, eky'obuwombeefu kyekuusa nnyo ku kuteekateeka ennimiro zaffe nga gy'emitima. Okuggyako nga twegyeemu agatali mazima nga obusungu, obukyayi, obuggya, okweyagaliza, okuyomba, okweraga, n'ebyo bye tulowooza nga bwe butuukirivu, tetusobola kubeera bawombeefu. Olwo nno, emyoyo emirala tegisobola kuwummulira mu ffe.

Olw'ensonga eno, obuwombeefu kikwatagana butereevu n'obutuukirivu okusinga ebibala ebirala byonna eby'Omwoyo Omutukuvu. Tusobola okufuna mu bwangu ekintu kye tusabira nga bw'olaba ettaka eddungi bwe lizaala ekibala, bwe tuteekateeka obuwombeefu obw'owoyo. Era tujja na kusobola okuwulira eddoboozi ery'Omwoyo Omutukuvu bulungi, ne tusobola okulung'amizibwa eri amakubo amalungi mu bintu byonna.

Emikisa egy'abo abawombeefu

Si kyangu okuddukanya ekitongole ekiweza abakozi abassuka mu kikumi. Wadde nga baakulonda na kalulu okubakulembera, si kyangu okukulembera ekibiina kyonna. Okusobola okutabaganya abantu bonna n'okubakulembera, omuntu abeera alina okuba nga akutte ku mitima gy'abantu okuyita mu buwombeefu obw'omwoyo.

Kituufu, abantu basobola okugoberera oyo alina amaanyi oba oyo omugagga era ng'alinga ayamba abeetaaga mu nsi eno. Waliwo enjogera e Korea egamba nti, "Embwa ya minisita bw'efa wabeerawo enkuyanja y'abakungubazi, naye ate minisita yennyini bw'afa, teba mukungubazi n'omu." Nga enjogera bweri, tusobola okukiraba oba nga ddala omuntu yalina embala y'omutima omunene bw'aba nga takyali w'amaanyi oba nga obugagga bw'abadde n'abwo bugenze. Omuntu bw'abeera omugagga era nga w'amaanyi, abantu batera okumugoberera, naye kizibu okusisinkana omuntu abeera ku lusegere lw'omulala okutuuka ku nkomerero wadde ng'atakyalina maanyi oba obugagga.

Naye oyo alina omutima omulungi era omugazi agobererwa abantu bangi wadde nga takyalina maanyi wadde obugagga.

Bamugoberera si lwa bya nfuna, wabula okufuna ekiwummulo mu ye.

Ne mu kanisa, abakulembeze abamu bagamba kizibu kubanga tebasobola kugumiikiriza n'okuwambaatira ekibiina ky'abantu abatera okukung'anira mu maka ag'enjawulo. Bwe babeera bagala okudda obuggya mu kibiina kyabwe, balina okuteekateeka omutima omuwombeefu ogwo omugonvu nga ppamba. Olwo nno, ba memba bajja kufuna ekiwummulo mu bakulembeze baabwe, nga beeyagalira mu mirembe n'okusanyuka, kale okudda obuggya kujja kugoberera kwokka. Abasumba ne ba minisita balina okubeera abawombeefu ennyo era nga basobola okugumiikiriza emyoyo mingi.

Waliwo emikisa egiweebwa abawombeefu. Matayo 5:5 wagamba nti, *"Balina omukisa abateefu, kubanga abo balisikira ensi."* Nga bwe kyayogeddwako edda, okusikira ensi tekitegeeza okufuna ettaka mu nsi muno. Kitegeeza nti tujja kufuna ettaka mu Ggulu gye tukoma okuteekateeka obuwombeefu obw'omwoyo mu mutima. Tujja kufuna ennyumba ennene mu Ggulu tubeera nga tusobole okwaniriza buli mwoyo ogwawummulira nga mu ffe.

Okufuna ennyumba ennene bwetyo mu Ggulu era kitegeeza nti tujja nakubeera mu kifo eky'ekitiibwa. Ne bwe tubeera nga tulina ettaka eddene bw'erityo ku nsi, tetusobola kulitwala mu Ggulu. Naye ettaka lye tufuna mu Ggulu, olw'okuteekateeka omutima omuwombeefu bwe bujja okubeera obusika bwaffe obutaliggwaawo olubeerera. Tujja kweyagalira mu ssanyu ery'olubeerera mu bifo byaffe okumpi ne Mukama n'abagalwa baffe.

N'olwekyo, nsuubira nti ojja kunyiikira okuteekateeka omutima gwo gusobole okubala ekibala eky'obuwombeefu, osobole okusikira ettaka eddene ng'eky'obusika bwo mu bwakabaka obw'omu ggulu nga Musa bwali.

1 Abakkolinso 9:25

"Era buli muntu awakana yeegendereza mu byonna, kale bo bakola bwe batyo balyoke baweebwe engule eryonooneka naye ffe etayonooneka."

Essuula 10

Okwegendereza

Okwegendereza kwetaagibwa mu mbeera zonna ez'obulamu

Okwegendereza, kye kisookerwako mu baana ba Katonda

Okwegendereza kutuukiriza ekibala Eby'omwoyo Omutukuvu

Obukakafu nti ekibala ky'okwegendereza kisituddwa

Bw'oba oyagala okubala ekibala eky'okwegendereza

Okwegendereza

Obuwanvu bw'embiro z'abantu abangi ez'okutolontoka ebyalo, bubeera bwa kilo mita 42.195 (mayilo 26 n'obutundu 385). Abaddusi balina okumanya obulungi emisinde kwe baddukira okusobola okumalako. Olugendo lwe baddukira si lumpi nti lunagwako mangu, kale tebalina kugenda kafubutuko omulundi gumu. Balina okugendera ku mbiro ze basobola okumalako, era bwe babeera banaatera okumaliriza, bateekamu amaanyi gaabwe gonna agasigaddemu.

Bwe kityo bwe kiri ne ku bulamu bwaffe. Tulina okubeera nga tukuuma embiro zaffe mu kukkiriza okutuuka ku nkomerero tulyoke tufuuke abawanguzi. Era, abo abagala okufuna engule ez'ekitiibwa mu bwakabaka obw'omu ggulu balina okwegendereza mu bintu byonna.

Okwegendereza kwetaagibwa mu mbeera zonna ez'obulamu

Tusobola okulaba mu nsi munno nti abo abatali beegendereza bazibuwaza obulamu bwabwe era ne beereetera ebizibu. Eky'okulabirako, abazadde bwe balaga mutabani waabwe okwagala okungi ennyo olw'okuba ye mwana we yekka, ebiseera ebisinga omwana oyo ajja kwonooneka. Era, wadde bamanyi bulungi nti balina okubeezaawo ab'omu maka gaabwe, abo abaamanyiira zzaala oba eby'amasanyu ebirala amaka gaabwe gasasika kubanga tebasobola kwegendereza. Bulijjo babeera bagamba, "Guno gwe gujja okusembayo. Sijja ku kiddamu," naye kyayita 'omulundi ogusembayo' kigenda mu maaso n'okubeerawo.

Ekitabo ekimanyiddwa ennyo eky'ogera ku byafaayo bya China

ekiyitibwa Romance of Three Kingdoms, kyogera ku Zhang Fei ng'omusajja ayagala kyakola era nga muvumu naye nga alina obusungu bungi era alumbagana nnyo entalo. Liu Bei ne Guan Yu, abatta naye omukago, bulijjo ne babeeranga beerariikirivu nti essaawa yonna ajja kubeerako ensobi gy'akola. Zhang Fei n'abulirirwa nnyo, naye nga takyusa mize gye. Era ekyavaamu, asisinkana ebizibu olw'obusungu bwe. Ng'akuba n'okulumya ennyo abantu baakulembera abo abatatuukiriza by'abasuubiramu, era abasajja babiri abaawulira nti babonerezeddwa bwereere ne bamukyawa, baamutta, era ne beewaayo eri enkambi y'omulabe.

Mu ngeri y'emu, abo abatafuga busungu bwabwe balumya abalala bangi awaka ne ku mirimu gye bakolera. Kibanguyira nnyo okuleetawo empalana wakati waabwe n'abalala, era ng'ebiseera ebisinga bamalako abalala emirembe. Naye abo abagezi bajja kwesalira omusango era bagumire abalala ne mu mbeera ezinyiiza ennyo. Abalala ne bwe bakola ensobi nnene, bafuga obusungu bwabwe era ne bakwata ku mitima gy'abalala nga bababudaabuda. Ebikolwa ng'ebyo bikolwa by'amagezi ebijja okukwata ku mitima gy"abantu abalala era baganye obulamu bwabwe okukula obulungi.

Okwegendereza, kye kisookerwako mu baana ba Katonda

Ekintu ekikulu ennyo ekisookerwako, ffe nga abaana ba Katonda, twetaaga okwegendereza okusobola okusuula eri ebibi. Gye tukoma okubeera n'obwegendereza obutono, gye tukoma okuwulira nti kizibu okweggyako ebibi. Bwe tuwuliriza Ekigambo kya Katonda era ne tufuna ekisa kya Katonda, tusalawo okukyusa enkola zaffe, naye era tukyayinza okuddamu okukemebwa ensi. Kino tusobola okukirabira ku bigambo ebiva mu kamwa kaffe. Abantu bangi basaba emimwa gyabwe gisobole okutukuzibwa era gibe nga gituukiridde. Naye mu bulamu bwabwe, beerabira kye baasabidde, era ne bamala googera nga bwe baagala, nga bagoberera emize gyabwe egy'edda. Bwe balaba nga waliwo ekizibu ckibatuuseeko kye batategeera bulungi kubanga kikontana n'ekyo kye balowooza oba kye bakkiririzaamu, abantu abamu batandikirawo okutolotooma n'okwemulugunya.

Bayinza okukyejjusa nga bamaze okwemulugunya, naye tebasobola kwekomako ebirowoozo byabwe bwe bibeera bitabuse. Era, abantu abamu bagala nnyo okwogera ennyo ne babeera nga tebasobola kusirika kasita batandika. Tebaawulawo wakati w'ebigambo eby'amazima n'ebitali, n'ebyo bye balina okwogera ne bye batalina kwogera, kale ne babeera nga bakola ensobi.

Tusobola okutegeera obukulu bw'okwegendereza nga tutunuulira ekintu kino eky'okwegendereza ebigambo bye twogera.

Okwegendereza kutuukiriza ebibala Eby'omwoyo Omutukuvu

Naye ekibala ky'okwegendereza, nga ekimu ku bibala eby'omwoyo Omutukuvu, tekitegeeza butegeeza kwegendereza obutakola bibi. Okwegendereza ng'ekimu ku bibala eby'Omwoyo Omutukuvu kifuga ebibala ebirala eby'Omwoyo Omutukuvu abantu basobole okufuuka abatuukiridde. Olw'ensonga eno, ekibala ekisooka eky'Omwoyo kwe kwagala n'ekisembayo kwe kwegendereza. Okwegendereza tekutera kwogerwako nnyo bw'ogeraageranya n'ebibala ebirala, naye ng'ate kikulu nnyo. Kifuga buli kimu ne wasobola okubaawo obutebenkevu, ebintu okutambula obulungi, n'obunywevu. Kye kisembayo okwogerwako mu bibala byonna eby'Omwoyo kubanga ebibala byonna ebirala bisobola okutuukirizibwa okuyita mu kwegendereza.

Eky'okulabirako, wadde tulina ekibala eky'okusanyuka, tetusobola kumala gasanyukira buli wamu oba obudde bwonna. Abantu abalala bwe babeera mu kukungubaga, bw'obeera n'akamwenyumwenyu akanene, bayinza kulowooza ki? Tebajja kugamba nti oli wa kisa kubanga ositudde ekibala eky'okusanyuka. Wadde ng'essanyu ery'okufuna obulokozi ly'amaanyi, twetaaga okwegendereza okusinziira ku mbeera gye tubaamu. Mu ngeri eno tusobola okufuuka ekibala ekituufu eky'Omwoyo Omutukuvu.

Kikulu nnyo ffe okuba abeegendereza bwe tuba abeesigwa mu Katonda. Naddala bw'obeera n'obuvunaanyizibwa obungi, olina okutegeka ekiseera kyo bulungi osobole okubeera w'olina okubeera mu kiseera ekituufu. Olukiiko ne bwe luba lutambula bulungi olina okulumaliriza ku ssaawa gye lurina okuggwerako. Mu ngeri y'emu, okubeera omwesigwa mu byonna mu nnyumba ya Katonda, twetaaga ekibala eky'okwegendereza.

Kye kimu ne mu bibala ebirala byonna eby'Omwoyo Omutukuvu, omuli okwagala, okusaasira, obulungi n'ebirala. Ebibala ebisituddwa mu mutima bwe biragibwa mu bikolwa, tulina okulung'amizibwa eddoboozi ly'Omwoyo Omutukuvu ne tukikolera w'ekisaanidde. Tusobola okusengeka emirimu egirina okusooka okukolebwa n'egyo egirina okukolebwa oluvannyuma. Tusobola okusalawo tugende mu maaso oba tuddeko emabega. Okumanya kuno tusobola okukufuna bwe tubeera n'ekibala kino eky'okwegendereza.

Omuntu bwabeera asitudde ebibala byonna eby'Omwoyo Omutukuvu mu bujjuvu, kitegeeza nti agoberera okuyaayaana kw'Omwoyo Omutukuvu mu bintu byonna. Okusobola okugoberera okuyaayaana kw'Omwoyo Omutukuvu n'okukola ebituukiridde, tulina okubeera n'ekibala eky'Okwegendereza. Eyo yensonga lwaki tugamba nti ebibala byonna eby'Omwoyo Omutukuvu bituukirizibwa okuyita mu kibala eky'okwegendereza, ekibala ekisembayo.

Obukakafu nti ekibala ky'okwegendereza kisituddwa

Ebibala ebirala byonna eby'Omwoyo Omutukuvu ebisituddwa mu mutima bwe biteekebwa mu nkola, ekibala eky'okwegendereza kifuuka ng'ekirung'amya okusobola okuteekawo enkola ennung'amu era ennungi ebintu mwe biba bikolebwa. Ne bwe tubaako kye tutwala mu Mukama, okutwala buli kimu si yenkola esingayo obulungi. Tugamba nti ekyo ekikoleddwa mu kusukkirira kibanga ekitamala. Ne mu mwoyo, buli kimu tulina okukikola mu ngeri esaanidde nga tugoberera okuyaayaana kw'Omwoyo Omutukuvu.

Kati, kannyinyonyole engeri ekibala eky'okwegendereza gye gisobola okulagibwa mu bujjuvu.

Esooka, tujja kugoberera enkola ennungi nga tugendera ku mutendera buli kintu kwe kiri mu bintu byonna.

Nga tutegeera ekifo kyaffe we tugwa, tujja kutegeera ddi lwe tulina okubaako kye tukola ne ddi lwe tutalina n'ebigambo bye tulina okwogera ne bye tutalina kwogera. Olwo nno, tewajja kubeerawo nkayaana, nnyombo, oba obutategeeragana. Era, tetulina kukola kintu kyonna ekitasaanidde oba okukola ebyo ebissuka we tulina okukoma okussuka ku kifo kye tulimu. Eky'okulabirako, Katugambe omukulembeze wa minsoni agamba akwanaganya okubaako kyakola. Akwanaganya ayagala ky'akola, era awulira nti alina n'ekirowoozo ekisingako, bwatyo n'abaako kyakyusa ye nga bwayagala. Kati awo ne bwakola ennyo, teyakuumye kiragiro bwe yakyusizza ebintu olw'obutaba na kibala kya kwegenderereza.

Katonda atuteeka ku ddaala erya waggulu, bwe tugoberera enkola ennungi okusinziira ku maddaala nga bwe gagenda mu kibiina ky'obu minsane mu kanisa, gamba nga Pulezidenti, omumyuka we, akwanaganya emirimu, omuwandiisi, oba omuwanika. Abakulembeze baffe bayinza okubeera nga balina enkola ey'enjawulo gye bagala ekintu kikolebwemu etali nga eyaffe. Olwo, engeri yaffe ne bwebeera erabika nti y'esingako era ng'ejja kuvaamu ebibala ebisingako, tetusobola kubala kibala kirungi singa enkola ennungi emenyeddwawo wamu n'eddembe. Setaani bulijjo ayingirawo emirembe kasita giggwaawo, era omulimu gwa Katonda gujja kulemesebwa. Okujjako ng'ekyogerwako gatali mazima gennyini, tulina okulowooza ku kibiina kyonna, era tugonde wamu n'okunoonya emirembe okusinziira ku bintu bwe birina okutambula, buli kimu kisobole okutambula obulungi.

Eky'okubiri, tusobola okulowooza ku kyetukola, obudde,

n'ekifo ne bwe tuba nga tukola ekintu ekirungi.

Eky'okulabirako, okukowoola Mukama mu kusaba kintu kirungi, naye okumala gakikolera buli wamu awatali kulekamu, kiyinza okuswaza Katonda. Era, bw'obuulira enjiri oba okukyalira ba memba okubalung'amya mu nsonga z'omwoyo, olina okwegendereza ebigambo by'oyogera. Wadde waliwo eby'omwoyo eby'ebuziba by'omanyi, tosobola kumala g'abigamba buli muntu. Bw'obeera n'ekintu ky'oyogera nga tekituukira ku kigera okukkiriza awuliriza ky'alina, olwo kiyinza okumuleetera okwesittala oba okusala emisango n'okukolokota.

Mu mbeera ezimu, omuntu ayinza okuwa obujjulizi bwe oba okwogera kw'ekyo kye yategedde mu mwoyo eri abantu abalina ebirala bye bali mu kukola. Wadde kyayogerako kirungi nnyo, tasobola kuzimba balala okujjako nga abyogeredde mu mbeera esaanidde. Wadde abalala bayinza okumuwuliriza olw'obutayagala kumweyisizaako bubi, naye babeera tebataddeyo mwoyo eri obujjulizi bwe kubanga babaddeko ne bye bakola era balina bingi bye balowoozaako essaawa eyo. Kampeeyo eky'okulabirako ekirala. Essaza lyonna oba ekibiina ekinene bwe baasisinkana okubaako bye baneebuuzaako, era omuntu omu n'awa obujjulizi bwe ebbanga lyonna, olukung'ana olwo lunaggwera wa? Omuntu oyo ali mu kuweera Katonda obujjulizi n'okumuddiza ekitiibwa kubanga ajjudde ekisa n'Omwoyo. Naye ekinaavaamu, omuntu ono ajja kuba akozesezza obudde bwonna obubadde obw'ekibiina kyonna. Kino kibaawo olw'okubulwa okwegendereza. Wadde okola ekintu ekirungi ennyo, embeera mw'oli olina okugirowoozaako era weegendereze.

Ey'okusatu, tulina okubeera abagumiikiriza abatanguyirira wabula abakakkamu tusobole okubaako kye tukola mu kusalawo okutuufu.

Abo abatali beegendereza tebabeera na bugumiikiriza era tebalowooza na kubalala. Mu kwanguyiriza, babeera n'amaanyi matono okusobola okusalawo obulungi, era ne basubwa ebintu ebimu ebikulu. Banguyiriza okusala omusango n'okukolokota bwe batyo ne bamalako abalala emirembe. Eri abo abatali bagumiikiriza bwe bawuliriza abalala oba okubaddamu, bakola ensobi. Tetulina kulya balala kirimi nga bakyayogera. Tulina okuwuliriza n'obwegendereza okutuuka ku nkomerero osobole okwewala okusalawo okwamangu. Era, mu ngeri eno tusobola okutegeera ekigendererwa ky'Omuntu oyo era ne tubaako kye tukola ekisaanidde.

Nga tannafuna Mwoyo Mutukuvu, Peetero yali tagumiikiriza era ng'apakuka nnyo. Ng'agezaako nnyo okwekuuma awali Yesu, naye ng'era kagira ne kayitamu embala ye ne yeebikkula. Yesu bwe yagamba Peetero nti ajja kumwegaana emirundi essatu nga tebannamukomerera, Peetero amangu ddala yakiwakanya, ng'agamba nti talyegaana Mukama.

Singa Peetero yalina ekibala ky'okwegendereza, teyandimaze gawakanya Yesu, naye yandisoose n'anoonya eky'okuddamu ekituufu. Singa yali amanyi nti Yesu ye Mwana wa Katonda, nti era yali tasobola kwogera kintu kitalina makulu, yandijjukiddenga ebigambo bya Yesu. Mu kukola kino, yandibadde yeegendereza ne kitabaawo. Okutegeera obulungi ebintu ekituyamba okukola obulungi ebintu kiva mu kwegendereza.

Abayudaaya baalina okwemanya kunene mu bo. Baali

beemanyi nnyo era nga baakuuma nnyo Amateeka ga Katonda awatali kusaaga. Era olw'Okuba Yesu yanenya nnyo Abafalisaayo n'aba Ssaddukaayo abaali abakulembeze b'eby'obufuzi n'eddiini, baali tebasobola kuwulira bulungi gyali. Naddala, Yesu bwe yagamba nti ye Mwana wa Katonda, baakiraba ng'okuvvoola Katonda. Mu kiseera ekyo embaga y'ensiisira eya Bayudaaya yali enaatera okutuuka. Kyali kiseera kya makungula, baazimbanga ensiisira okujjukiranga olunaku lwe baavu mu Misiri n'okwebaza Katonda. Abantu baayambukanga e Yerusaalemi okujjaguza ebikujjuko.

Naye Yesu yali tagenda Yerusaalemi wadde embaga eno yali kumpi, era baganda be ne bamuwa amagezi agende e Yerusaalemi alage eby'amagero, era yeerage asobole okufuna obuwagizi okuva mu bantu (Yokaana 7:3-5). Baamugamba nti, *"Kubanga tewali akolera kigambo mu kyama wabula nga naye yennyini ayagala amanyike mu lwatu"* (olu. 4). Wadde ekintu kiringa ekirimu amagezi, tekirina bwe kikwatagana na Katonda okujjako nga kikwatagana n'okwagala kwa Kwe. Olw'ebiroozo byabwe, ne baganda ba Yesu baali balaba nti tekyali kituufu Yesu okulindirira ekiseera Kye mu kasirise.

Singa Yesu teyali mwegendereza, amangu ago Yandyambukiddewo e Yerusaalemi okweraga ki kyali. Naye teyayuuzibwayuuzibwa olw'ebigambo bya baganda Be. Yalindirira ekiseera ekituufu ekiggya mu kigendererwa kya Katonda okweraga eri abantu. Awo nno n'alyoka ayambuka e Yerusaalemi mu kasirise nga baganda Be bonna bamaze okugenda e Yerusaalemi. Yakolera ku kwagala kwa Katonda ng'amanyi ddi olw'okusigala n'olw'okugenda.

Bw'oba oyagala okubala ekibala eky'okwegendereza

Bwe tutambula n'abalala, ebiseera bingi ebigambo byabwe n'omutima ogw'omunda bya njawulo. Abamu bagala okwanika ensobi z'abalala okusobola okubikkirira ezaabwe. Basobola okubaako kye basaba okusobola okutuukiriza okweyagaliza kwabwe, naye basaba mu ngeri eraga nti muntu mulala yasabye. Balabika ng'ababuuza ekibuuzo okutegeera okwagala kwa Katonda, Naye ng'amazima, babeera bagezaako okuleeta okuddibwamu kwe bagala. Naye b'oyogera nabo mu bukakkamu, tusobola okukiraba nti omutima gwabwe gumala ne gubikkulwa.

Abo abeegendereza tebajja kumala ganyenyezebwa olw'ebigambo by'abantu abalala. Basobola okuwuliriza abalala mu bukakkamu era basobola okwawulawo amazima olw'emirimu gy'Omwoyo Omutukuvu. Bwe baawulawo n'okwegendereza era ne baddamu, basobola okukendeeza ensobi nnyingi ezireetebwa olw'okusalawo okukyamu. Mu ngeri eno, bajja kubeera n'obuyinza saako amaanyi ku bigambo byabwe, kale ebigambo byabwe ne biba nga birina kinene kye bikola kubalala. Kati, tuyinza tutya okubala ekibala kino eky'omugaso eky'okwegendereza?

Okusooka, tulina okubeera n'omutima ogutakyukakyuka.

Tulina okuteekateeka emitima egitaliimu bulimba oba bukalabakalaba. Olwo nno tusobola okubeera n'amaanyi okukola kye tusalawo okukola. Kituufu, tetusobola kufuna mutima gwa kika kino mu kiro kimu. Twetaaga okubeera nga twetendeka, okutandika n'okukuuma omutima gwaffe ne mu buntu obutono.

Waliwo omukulu eyali ayita mu katale n'abo be yali asomesa. Abamu ku batunda ebintu mu katale ne babaako obutategeragana obwabaawo n'abo bwe batyo ne batandika okuwakana. Abagoberezi baasunguwala nnyo era ne beegatta ku lutalo, naye nga mukama waabwe mukakkamu. Bwe baakomawo okuva mu katale, n'agyayo ebandaali y'amabaluwa okuva mu ka duloowa. Ng'ebbaluwa zirimu ebintu ebyali bimukolokota awatali bujjulizi, era n'aziraga abayizi be.

Awo n'agamba nti, "Sirina bwe nneewala kutegerebwa bubi. Naye sifaayo abantu bwe bantegeera obubi. Siyinza kwewala bubi busooka obujja gye ndi, naye ate nsobola okwewala obusirusiru obw'okutwala obubi obw'okubiri."

Wano, obubi obusooka kwe kufuuka oyo abantu abalala gwe bageya. Obubi obw'okubiri kwe kuba n'obukyayi okutandika okuwakana n'okuyomba olw'eng'ambo nga zino.

Singa tusobola okubeera n'omutima gw'omukulu ono, tetujja kunyeenyezebwa embeera ne bwe beera etya. Wabula tujja kusobola okukuuma emitima gyaffe, era emitima gyaffe gijja kubeera mu mirembe. Abo abasobola okukuuma emitima gyabwe basobola okwegendereza mu buli kimu. Gye tukoma okweggyako buli kika kya bubi nga obukyayi, ensaalwa, n'obuggya, tusobola okwesigika n'okwagalibwa Katonda.

Ebintu bazadde bange bye bansomesa mu buto bwange byanyamba nnyo mu buweereza bwange ng'omusumba. Bwe baali bansomesa engeri ennungi ey'okwogeramu, ey'okutambula, n'empisa ennungi, N'ayiga okukuuma omutima gwange n'okwegendereza. Kasita tusalawo okukola ekintu, tulina okukikola era tuleme okwekyusa olw'ebyo bye tufunamu. Bwe tuweza okufuba ng'okwo, ekinaavaamu tujja kubeera n'omutima ogutakyukakyuka era tufune amaanyi g'okwegendereza.

Ekiddako, tulina okwetendeka okusobola okuwuliriza eddoboozi ly'okuyaayaana kw'Omwoyo Omutukuvu nga tetukulembeza ndowooza zaffe okusooka.

Gye tukoma okuyiga Ekigambo kya Katonda, Omwoyo Omutukuvu atuganya okuwuliriza eddoboozi Lye okuyita mu Kigambo kye tuyiga. Ne bwe tuba tuwaayiriziddwa, Omwoyo Omutukuvu atugamba okusonyiwa n'okwagala. Olwo nno, tusobola okulowooza nti, 'Omuntu ono alina okubaako ensonga lwaki akola ky'akola. Njakugezaako okumalawo okutegeera obubi kw'alimu nga njogera naye nga ab'omukwano.' Naye omutima gwaffe bwe guba nga gusinzaamu gatali mazima, tujja kusooka kuwulira ddoboozi lya Setaani. 'Bwe sibaako kye nkola ajja kugenda mu maaso n'okumpisaamu amaaso. Nina okumusomesa essomo.' Ne bwe twandibadde tuwulira eddoboozi ly'Omwoyo Omutukuvu, tujja kulisubwa kubanga ttono nnyo bw'oligeraageranya n'ebirowoozo ebibi ebiyiting'ana mu mutwe gwaffe.

N'olwekyo, tusobola okuwulira eddoboozi ly'Omwoyo Omutukuvu bwe tunyiikira okweggyako agatali mazima agali mu mitima gyaffe era ne twekuuma Ekigambo kya Katonda mu mitima gyaffe. Tujja kwongera okuwulira eddoboozi ly'Omwoyo Omutukuvu gye tweyongera okugondera n'eddoboozi ettono ennyo ery'Omwoyo. Tulina okugeezaako okuwulira eddoboozi ery'Omwoyo Omutukuvu okusooka, okusinga ekyo kye tulowooza nti kyamangu ne kye tulowooza nti kye kirungi. Awo, bwe tuwulira eddoboozi Lye era ne tufuna okuwabula kwe, tulina okuligondera era ne tuliteeka mu nkola. Bwe tugenda mu maaso n'okwetendeka okuteekayo omutima n'okugondera okuyaayaana kw'Omwoyo Omutukuvu ekiseera kyonna, tujja kusobola okutegeera n'eddoboozi ly'Omwoyo Omutukuvu ettono ennyo. Olwo nno, tujja kusobola okubeera mu mirembe mu bintu byonna.

Kwe kugamba, kiyinza okulabika nga nti okwegendereza ye mbala etayogerwako nnyo mu bibala byonna omwenda eby'Omwoyo Omutukuvu. Wabula, kikulu nnyo mu mbeera zonna ez'ebibala eby'enjawulo. Okwegendereza kwe kufuga ebibala byonna omunaana eby'Omwoyo Omutukuvu: okwagala, okusanyuka, emirembe, bugumiikiriza, ekisa, obulungi, obwesigwa, n'obuwombeefu. Era, ebibala byonna ebirala omunaana bijja kutuukirizibwa na kibala eky'okwegendereza kyokka, era olw'ensonga eno ekibala ekisembayo eky'okwegendereza kikulu nnyo.

Buli kimu ku bibala bino eby'Omwoyo kiba kya muwendo nnyo era nga kirungi nnyo okusinga ejjinja lyonna ery'omuwendo ery'omu nsi muno. Tusobola okufuna buli kyonna kye tusaba era tukulaakulane mu bintu byonna bwe tubala ebibala eby'Omwoyo Omutukuvu. Tusobola n'okulaga ekitiibwa kya Katonda nga tulaga amaanyi n'obuyinza obw'ekitangaala mu nsi eno. Nsuubira nti ojja kuyaayaanira era ofune ebibala by'Omwoyo Omutukuvu okusinga eky'obugaga kyonna ku nsi kuno.

Ku Biri Ng'ebyo Tewali Mateeka

Abaggalatiya 5:22-23

"Naye ebibala by'Omwoyo kwe kwagala, okusanyuka, emirembe, obugumiikiriza, ekisa obulungi, okukkiriza, obuwombeefu, okwegendereza; ku biri ng'ebyo tewali mateeka."

Essuula 11

Ku Biri Ng'ebyo Tewali Mateeka

Kubanga mwayitibwa eri Eddembe
Okutambulira mu Mwoyo
Ekibala ekisooka ku bibala omwenda kwe kwagala
Ku Biri Ng'ebyo Tewali Mateeka

Ku Biri Ng'ebyo Tewali Mateeka

Omutume Pawulo yali Muyudaaya, era yali agenda e Damasiko okukwata Abakristaayo. Wabula, mu kkubo, yasisinkana Mukama era ne yeenenya. Mu kiseera ekyo yali tategeera mazima agali mu njiri omuntu mwalokokera okuyita mu kukkiriza Yesu Kristo, naye bwe yamala okufuna ekirabo eky'Omwoyo Omutukuvu yatandika okutambuza enjiri buli wamu mu Bamawanga olw'okulung'amizibwa Omwoyo Omutukuvu.

Ebibala omwenda eby'Omwoyo Omutukuvu ebyawandiikibwa mu ssuula 5 ey'ekitabo kya Baggalatiya, y'emu ku bbaluwa ye. Bwe tutegeera embeera nga bwe yali mu kiseera ekyo, tusobola okutegeera ensonga lwaki Pawulo yawandiikira Abaggalatiya era n'obukulu bw'Abakristaayo okubala ebibala eby'Omwoyo.

Kubanga mwayitibwa eri Eddembe

Mu lugendo lwe olw'obuminsane olwasooka, Pawulo yagenda Galatiya. Mu kung'aniro, teyabuulira ku Mateeka ga Musa wadde okukomolebwa, wabula enjiri ya Yesu Kristo. Ebigambo bye byakakasibwa nga bigobererwa obubonero, era abantu bangi ne bayingira obulokozi. Abakkiriza mu kanisa ye Galatiya baamwagala nnyo, era singa kyali kisoboka bandikuddemu amaaso gaabwe ne bagawa Pawulo.

Pawulo bwe yamaliriza olugendo lwe olw'obuminsane olwasooka n'akomawo e Antiyokiya, waliwo ekizibu ekyagwawo mu kanisa. Waliwo abantu abaava e Yuda ne basomesa nti Abamawanga balina okukomolebwa okusobola okufuna obulokozi. Pawulo ne Banabbasi ne bawakana nnyo n'abo.

Ab'oluganda ne basalawo nti Pawulo ne Banabbasi n'abalala abatonotono baalina okugenda e Yerusaalemi eri abatume n'abakadde okwogera ku nsonga eno. Baawulira nga kyetaagibwa okubaawo enzikiriziganya ku Mateeka ga Musa mu kubuulira enjiri eri Abamawanga mu kanisa ya Antiyokiya ne Ggalatiya.

Ebikolwa essuula 15 walaga embeera eyaliwo nga akakiiko akafuzi e Yerusaalemi tekannaba kutuula n'oluvannyuma lw'okutuula, era mu byo tusobola okutegeera obukulu bw'embeera eno mu kiseera kino. Abatume, abaali abayigirizwa ba Yesu, n'abakadde saako abakiikirira ekkanisa baakung'anira wamu ne wabaawo okuteesa okw'ebbugumu, era ne bamaliriza nti Abamawanga basobola okwewalanga ebiweebwa eri ebifaananyi, obwenzi n'ebyo ebitugiddwa n'omusaayi.

Baasindika abantu e Antiyokiya okutwala ebbaluwa eyalimu ebisaliddwawo akakiiko akafuzi, engeri Antiyokiya bwe waali ekitebe ekikulu mu kubuulira enjiri eri Abamawanga. Waliwo eddembe eryaweebwa Abamawanga mu kukuuma Amateeka ga Musa kubanga kyali kijja kubabeerera kizibu nnyo okukuuma Amateeka nga Abayudaaya. Mu ngeri eno, Abamawanga baali basobola okufuna obulokozi nga bakkiririza mu Yesu Kristo.

Ebikolwa 15:28-29 wagamba, *"Kubanga Omwoyo Omutukuvu yasiima naffe tuleme okubatikka omugugu omunene gwonna wabula bino ebigwana, okwewalanga ebiweebwa eri ebifaananyi, n'omusaayi, n'ebitugiddwa, n'obwezi, bwe muneekuumanga ebyo, munaabanga bulungi. Mweraba."*

Okusalawo kw'akakiiko akafuzi ak'e Yerusaalemi kwatuusibwa eri amakanisa, naye abo abatategeera mazima ga njiri n'ekkubo ery'omusalaba baagenda mu maaso n'okusomesa mu makanisa nti abakkiriza baalina okukuuma Amateeka ga Musa. Bannabbi b'obulimba n'abo baayingira ekkanisa ne baccankalanya abakkiriza nga bakolokota omutume Pawulo eyali tasomesa Mateeka.

Ekyo bwe kyabaawo mu kanisa ye Galatiya, Pawulo omutume yanyonyola eddembe eryannama ddala ery'eddembe ly'Abakristaayo mu bbaluwa ye. Ng'agamba nti ye yakuumanga nnyo Amateeka ga Musa naye bwe yafuuka omutume w'Abamawanga bwe yasisinkana Mukama, yabasomesa amazima g'enjiri ng'agamba, *"Kino kyokka kye njagala mmwe okuntegeeza nti: Mwaweebwa Omwoyo lwa bikolwa bya mateeka nantiki lwa kuwulira kwa kukkiriza. Bwe mutyo bwe mutalina magezi? Abaasookera mu Mwoyo, kaakati mutuukiririzibwa mu mubiri? Mwabonyaabonyezebwa ebyenkana awo bya bwereere? So nga ddala si bwereere. Abawa Omwoyo, akola eby'amaanyi mu mmwe, akola lwa bikolwa bya mateeka nantiki lwa kuwulira kwa kukkiriza?"* (Abaggalatiya 3:2-5).

Yayogera nti enjiri ya Yesu Kristo gye yabuuliranga ntuufu kubanga kwali kubikkulirwa okuva eri Katonda, era ensonga lwaki Abamawanga tebaalina kukomola mibiri gyabwe lwakuba ekintu ekikulu kyali kya kukomola mitima gyabwe. Era yabasomesa n'okuyaayaana kw'omubiri n'okw'Omwoyo Omutukuvu, ne ku mirimu gy'omubiri n'ebibala eby'Omwoyo Omutukuvu. Kwali kubaganya kutegeera engeri gye baali basobola okukozesa eddembe lyabwe lye baafuna olw'amazima ag'enjiri.

Okutambulira mu Mwoyo

Olwo, lwaki Katonda yateekawo Amateeka ga Musa? Kyali bwe

kityo lwakuba abantu baali babi era baali tebalaba bubi bwa kibi. Katonda n'abaganya okutegeera ekibi kye ki, era n'abaganya okugonjoola ekizibu ky'ebibi era batuuke mu butuukirivu bwa Katonda. Naye ekizibu kye kibi tekyamalibwawo ddala na bikolwa by'Amateeka, era olw'ensonga eno, Katonda yaganya abantu okutuuka ku butuukirivu bwa Katonda okuyita mu kukkiririza mu Yesu Kristo. Abaggalatiya 3:13-14 wasoma nti, *"Kristo yatununula mu kikolimo ky'am ateeka bwe yafuuka ekikolimo ku lwaffe, kubanga kyawandiikibwa nti 'Akolimiddwa buli awanikiddwa ku muti' omukisa gwa Ibulayimu gulyoke gutuuke eri amawanga mu Kristo Yesu, tulyoke tuweebwe ekyasuubizibwa eky'Omwoyo olw'okukkiriza."*

Naye tekitegeeza nti Amateeka gaagibwawo. Yesu yagamba mu Matayo 5:17, *"Temulowoozanga nti najja okudibya amateeka oba ebya bannabbi, sajja kudibya, wabula okutuukiriza,"* ate era n'agamba mu lunyiriri oluddako 20, *"Kubanga mbagamba nti obutuukirivu bwammwe bwe butaasingenga butuukirivu bwa bawandiisi, n'abafalisaayo, temuliyingira n'akatono mu bwakabaka obw'omu ggulu."*

Omutume Pawulo yagamba abakkiriza mu kanisa ye Galatian nti, *"Abaana bange abato, abannuma nate okutuusa Kristo lw'alibumbibwa mu mmwe"* (Abaggalatiya 4:19), era mu kumaliriza n'abawa amagezi ng'abagamba, *"Kubanga mmwe ab'oluganda mwayitibwa lwa ddembe, naye eddembe lyammwe liremenga okubeera omubiri kwe guyima, naye olw'okwagala muweerezeganenga mwekka na mwekka. Kubanga amateeka gonna gatuukirira mu kigambo kimu, mu kino nti 'Oyagalanga muntu munno nga bwe weeyagala wekka. Naye bwe mulumagana, bwe mulyang'ana mwegenderezenga mulemenga okwemalawo mwekka na mwekka"* (Abaggalatiya 5:13-15).

Ng'abaana ba Katonda abafunye Omwoyo Omutukuvu, tulina kukola ki okusobola okuweerezegananga okuyita mu kwagala okutuuka Kristo bw'anaatondebwa mu ffe? Tulina okutambulira mu Mwoyo Omutukuvu tuleme okutambulira mu kuyaayaana kw'emibiri gyaffe. Tulina okwagala baliraanwa baffe era tubeere n'ekikula kya Kristo mu ffe bwe tubala ebibala omwenda eby'Omwoyo Omutukuvu okuyita mu kulung'amizibwa Kwe.

Yesu Kristo yeetika ekikolimo ky'amateeka n'afa ku musalaba wadde nga teyalina musango gwonna, era okuyita mu Ye twateebwa ne tuba ba ddembe. Ffe okusobola okwewala okuddamu okubeera abaddu b'ekibi nate, tulina okubala ekibala eky'Omwoyo.

Bwe tuddamu okwonoona ne ddembe lino era ne tukomerera Mukama nate nga tukola emirimu gy'omubiri, tetujja kusikira bwakabaka bwa Katonda. So ng'ate, bwe tubala ekibala eky'Omwoyo nga tutambulira mu Mwoyo, Katonda ajja kutukuuma omulabe setaani n'omulyolyomi baleme okutukola obubi. Era, tujja kufuna ekyo kyonna kye tusaba.

"Abaagalwa, omutima bwe gutatusalira kutusinga tuba n'obugumu eri Katonda, era buli kye tusaba akituwa, kubanga tukwata ebiragiro Bye era tukola ebisiimibwa mu maaso Ge. Na kino kye kiragiro Kye, tukkirize erinnya ly'Omwana We Yesu Kristo, era twagalenenga, nga bwe yatuwa ekiragiro" (1 Yokaana 3:21-23).

"Tumanyi nga buli muntu yenna eyazaalibwa

Katonda amukuuma, omubi n'atamukomako" (1 Yokaana 5:18).

Tusobola okubala ekibala eky'Omwoyo era ne tweyagalira mu ddembe erya nnama ddala ng'Abakristaayo bwe tubeera n'okukkiriza okutambulira mu Mwoyo n'okukkiriza nga tukolera mu kwagala.

Ekibala ekisooka ku bibala omwenda kwe kwagala

Ekibala ekisooka ku bibala omwenda eby'Omwoyo kwe kwagala. Okwagala okwogerwako mu 1 Corinthians 13 kwe kwagala okuteekateeka okwagala okw'omwoyo so nga okwagala ng'ekimu ku bibala eby'Omwoyo Omutukuvu kuli ku ddaala lya wagguluko; Tekuliiko kkomo era kwe kwagala okutaggwaayo, okutuukiriza Amateeka. Kwe kwagala kwa Katonda ne Yesu Kristo. Bwe tuba n'okwagala kuno, tusobola okwewaayo mu bujjuvu olw'okuyambibwako Omwoyo Omutukuvu.

Tusobola okubala ekibala eky'okusanyuka gye tukoma okuteekateeka okwagala kuno, ne tusobola okusanyuka n'okujaguliza mu mbeera eza buli kika. Mu ngeri eno, tetujja kubeera na buzibu bwonna na muntu yenna, kale tujja kubala ekibala eky'emirembe.

Bwe tukuuma eddembe ne Katonda, naffe ffe nnyini, na buli muntu yenna, ekibala ky'obugumiikiriza kijja kujja kyokka. Obugumiikiriza Katonda bwayagala kwe kuba nti tetulina na kugumiikiriza kintu kyokka kubanga tewali nsonga lwaki tukigumiikiriza kubanga tulina obulungi obutuukiridde n'amazima mu ffe. Tulina okwagala okwa ddala, tusobola okukkiriza n'okutegeera omuntu yenna nga tetulina kye tukuumidde munda. N'olwekyo, tetujja kwetaaga kusonyiwa wadde okugumira ekintu kyonna mu mutima gwaffe. Bwe tubeera bagumiikiriza n'abalala mu bulungi, tujja kubala ekibala eky'ekisa. Mu bulungi bwe tubeera abagumiikiriza n'eri abantu be tutasobola kutegeera, olwo nno tusobola okubalaga ekisa. Ne bwe bakola ebintu ebitagirako ddala, tujja kugezaako okweteeka mu bigere byabwe era tubakkirize.

Abo ababala ekibala eky'ekisa bajja kubeera n'obulungi. Bajja kulaba abalala nti babasinga era balowooza ku kisanyusa abalala wamu n'ebyabwe. Tebayomba na muntu yenna, era tebajja kuleekanira waggulu. Bajja kubeera n'omutima gwa mukama oyo atamenya lumuli lwewese oba atazikiza muntu nga bwe kiri ne ku nfuuzi ennyooka. Bw'obala ekibala ky'obulungi ng'ekyo, tojja kulemera ku ndowooza zo. Ojja kubeera mwesigwa mu byonna mu nnyumba ya Katonda era obeere muwombeefu.

Abo abawombeefu tebajja kulemesa muntu yenna, era bajja kubeera n'emirembe na buli muntu. Babeera n'omutima omulungi ne babeera nga tebasala musango wadde okukolokota abalala wabula babategeera butegeezi n'okubakkiriza.

Okusobola okubala ebibala eby'okwagala, okusanyuka, emirembe, okugumiikiriza, ekisa, obulungi, obwesigwa, n'obuwombeefu nga bikwatagana bulungi, wateekwa okubaawo okwegenderezа. Obungi mu Katonda bulungi, naye emirimu gya Katonda girina okutuukirizibwa mu ngeri ennungi. Twetaaga okwegenderezа obutassusa we tulina kukoma mu kintu kyonna, ne bwe kiba nga kirungi. Nga tugoberera Omwoyo Omutukuvu mu ngeri eno, Katonda aleetera byonna okukolera awamu olw'obulungi.

Ku Biri Ng'ebyo Tewali Mateeka

Omuyambi, nga ye Mwoyo Omutukuvu, akulembera abaana ba Katonda eri amazima basobole okweyagalira mu ddembe eryannama ddala n'okusanyuka. Eddembe eryannama ddala kwe kulokoka okuva mu bibi n'amaanyi ga Setaani oyo agezaako okutulemesa okuweereza Katonda n'okweyagalira mu bulamu obw'essanyu. Era lye ssanyu erifunibwa olw'okussa ekimu ne Katonda.

Nga bwe kyawandiikibwa mu Baruumi 8:2, *"Kubanga etteeka ery'Omwoyo gw'obulamu bwa Kristo Yesu lyanfuula ow'eddembe okunzigya mu tteeka ly'ekibi n'ery'Okufa,"* lye ddembe erisobola okufunibwa nga tukkiririzza mu Yesu Kristo mu mutima gwaffe era ne tutambulira mu kitangaala. Eddembe lino terisobola kufunibwa n'amaanyi ga muntu. Terisobola kufunibwa awatali kisa kya Katonda, era gwe mukisa gwe tuyinza okweyagaliramu bulijjo kasita tuba nga tukumye okukkiriza kwaffe.

Yesu era yagamba mu Yokaana 8:32, *"...era mulitegeera amazima, n'amazima galibafuula ba ddembe."* Eddembe ge mazima, era tegakyukakyuka. Gafuuka bulamu eri ffe era gatukulembera eri obulamu obutaggwaawo. Temuli mazima wadde nakamu mu nsi eno eggwaawo era ekyukakyuka; Ekigambo ekitakyukakyuka kyokka ge mazima. Okumanya amazima kwe kuyiga Ekigambo kya Katonda, okukijjukiranga, n'okukitambuliramu.

Naye kiyinza obutabeera kyangu okutambulira mu mazima bulijjo. Abantu balina agatali mazima ge baayiga edda nga tebannamanya Katonda, era agatali mazima ago gabalemesa okutambulira mu mazima. Etteeka ly'omubiri eryo eriyaayaana okugoberera agatali mazima n'etteeka ly'Omwoyo ery'obulamu eryo eriyaayaanira okugoberera amazima gajja kulwanagana (Abaggalatiya 5:17). Luno lwe lutalo olw'okufuna eddembe ery'amazima. Olutalo luno lujja kugenda mu maaso okutuuka okukkiriza kwaffe nga kunywedde era nga tuyimiridde ku lwazi olw'okukkiriza olwo olutayuuzibwayuuzibwa.

Nga tuyimiridde ku lwazi olw'okukkiriza, kibeera kyangu okulwana okulwana okulungi. Bwe tweggyako obubi bwonna era ne tufuuka abatukuziddwa, olwo lwe tujja okusobola okweyagalira mu ddembe ery'amazima. Tujja kubeera tetukyetaaga okulwana okulwana okulungi kubanga tujja kubeera tutambulira mu mazima gokka obudde bwonna. Bwe tubala ebibala eby'Omwoyo Omutukuvu olw'okulungamizibwa Kwe, tewali n'omu asobola okutuziyiza okubeera n'eddembe ery'amazima.

Yensonga lwaki mu Baggalatiya 5:18 wasoma nti, *"Naye bwe mulung'amizibwa Omwoyo, nga temufugibwa Mateeka,"* era olunyiriri oluddako ne lugamba nti 22-23, *"Naye ebibala by'Omwoyo kwe kwagala, okusanyuka, Emirembe, okugumiikiriza, ekisa, obulungi, Obwesigwa, obuwombeefu, okwegendereza; ku biri ng'ebyo tewali mateeka."*

Obubaka ku bibala omwenda eby'Omwoyo Omutukuvu bulinga ekisumuluzo ekiggulawo eri olugi lw'emikisa. Naye bwe tuba nga tulina ekisumuluzo olugi lw'emikisa terujja kwe ggulawo lwokka. Tulina okuteeka ekisumuluzo mu luggi okuluggula, era bwe kityo bwe kiri ne ku Kigambo kya Katonda. Ne bwe tuwulira kyenkana ki, si kyaffe. Tusobola okufuna emikisa egiri mu Kigambo kya Katonda singa tukitambuliramu. Matayo 7:21 wagamba, *"Buli muntu ang'amba nti Mukama wange, Mukama wange, si ye aliyingira mu bwakabaka obw'omu ggulu, wabula akola Kiatange ali mu ggulu by'ayagala."* Yakobo 1:25 wagamba, *"Naye atanula mu mateeka amatuukirivu ag'eddembe n'anyiikiramu, nga si muwulizi eyeerabira naye mukozi akola, oyo anaweebwanga omukisa mu kukola kwe."*

Ffe okusobola okufuna okwagala kwa Katonda n'emikisa, kikulu nnyo ffe okutegeera ebibala by'Omwoyo Omutukuvu bye biri wa, tubijjukirenga, era ddala tubale ebibala ebyo nga tutambulira mu Kigambo kya Katonda. Bwe tubala ebibala by'Omwoyo Omutukuvu mu bujjuvu nga tutambulira mu mazima mu bujjuvu, tujja kweyagalira mu ddembe erya nnamaddala mu mazima. Tujja kuwulira bulungi nnyo eddoboozi ly'Omwoyo Omutukuvu era tulung'amizibwe mu mbeera zonna, tusobole okukulaakulana mu mbeera zonna. Nsaba mu linnya lya Mukama nti mujja kweyagalira mu kitiibwa eky'amaanyi ku nsi kuno ne mu Yerusaalemi Empya, nga kye kifo ky'okukkiriza eky'okubeeramu.

Ebifa ku Muwandiisi:
Dr. Jaerock Lee

Dr. Jaerock Lee Yazaalibwa Muan, ekisangibwa mu ssaza lye Jeonnam, mu Nsi ye Korea, mu mwaka gwa 1943. Ng'ali mu myaka amakumi abiri, Dr. Lee yabonaabona n'endwadde nnyingi ez'olukonvuba okumala emyaka musanvu era ng'alinda bulinzi kufa awatali ssuubi lya kuwona. Wabula lumu mu biseera eby'omusana mu mwaka gwa 1974, yatwalibwa mwannyina mu kanisa era bwe yafukamira wansi okusaba, amangu ago Katonda Omulamu n'amuwonya endwadde ze zonna.

Okuva Dr. Lee bwe yasisinkana Katonda Omulamu okuyita mu ngeri ennungi bw'etyo, ayagadde Katonda n'omutima gwe gwonna era n'amazima, era mu mwaka gwa 1978 yayitibwa okuba omuweereza wa Katonda. Yasaba n'amaanyi ge gonna asobole okutegeera obulungi okwagala kwa Katonda, alyoke akutuukirize mu bujjuvu era agondere Ebigambo bya Katonda byonna. Mu 1982, yatandika ekanisa eyitibwa Manmin Central Church esangibwa mu kibuga Seoul, eky'omu nsi ye Korea, era eby'amagero bya Katonda ebitabalika, omuli okuwonya okw'ebyamagero bizze bibeerawo mu kanisa ye.

Mu 1986, Dr. Lee yatikkirwa ku mukolo Annual Assembly of Jesus ogwali mu Sungkyul Church of Korea, n'afuuka omusumba era oluvanyuma lw'emyaka ena mu mwaka gwa 1990, obubaka bwe bwatandika okuzanyibwa ku butambi mu nsi ya Australia, Russia, Philippines, n'ensi endala nnyingi ku mikutu nga Far East Broadcasting Company, Asia Broadcast Station, ne Washington Christian Radio System.

Nga wayise emyaka essatu mu 1993, Manmin Central Church yalondebwa okuba "emu ku kanisa 50 ezikulembedde mu nsi yonna" nga bino byafulumizibwa aba *Christian World* magazine (ng'efulumira mu Amerika) era n'afuna ekitiibwa ky'obwa Dokita mu By'eddiini okuva mu ttendekero eriyitibwa Christian Faith College, eky'omu kibuga Florida, ekisangibwa mu Amerika, era mu 1996 yaweebwa eky'obwa ssabakenkufu mu ttendekero lye Kingsway Theological Seminary, eky'omu kibuga Iowa, mu Amerika.

Okuva omwaka gwa 1993, Dr. Lee akulembeddemu okutambuza enjiri mu nsi yonna okuyita mu kuluseedi ennyingi z'akubye emitala w'amayanja nga kuluseedi eyali e Tanzania, Argentina, L.A., Baltimore City, Hawaii, ne New York City eky'omu Amerika, Uganda, Japan, Pakistan, Kenya, Philippines, Honduras, India, Russia, Germany, Peru, Democratic Republic of the Congo, Israel, ne Estonia. Mu 2002 empapula ez'amaanyi mu Korea z'amuyitanga "omusumba ow'ensi yonna" olw'emirimu gye mu nsi ez'enjawulo gye yakubanga Kuluseedi ennene ennyo.

Mu mwezi gw'okuna omwaka gwa 2016, Manmin Central Church ebadde eweza ba memba abassuka mu 120,000. So nga erina amatabi g'ekanisa amalala 10,000 agali mu Korea n'emu nsi endala, era n'aba minsani 129 beebakasindikibwa mu nsi 23, omuli ne Amerika, Russia, Germany, Canada, Japan, China, France, India, Kenya, n'endala nnyingi.

Ekitabo kino w'ekifulumidde, Dr. Lee abadde awandiise ebitabo ebirala 84, omuli ebisinze okutunda nga *Okuloza ku Bulamu Obutaggwaawo nga si n'afa, Obulamu Bwange, Okukkiriza Kwanga I & II, Obubaka Bw'Omusalaba, Ekigera Okukkiriza, Eggulu I & II, Ggeyeena*, ne *Amaanyi ga Katonda*. Ebitabo bye bikyusiddwa okudda mu nnimi ezisuka mu 75.

Waliwo obubaka bwe obuwandiikibwa mu miko gye mpapula z'amawulire ng'olwa *The Hankook Ilbo, The JoongAng Daily, The Dong-A Ilbo, The Munhwa Ilbo, The Seoul Shinmun, The Kyunghyang Shinmun, The Korea Economic Daily, The Korea Herald, The Shisa News*, ne *The Christian Press*.

Dr. Lee kati akola ng'omukulembeze w'ebitongole by'obu misani bingi saako ebibiina: nga ye Sentebe wa, The United Holiness Church of Jesus Christ; Ye Pulezidenti wa, Manmin World Mission; Permanent President, The World Christianity Revival Mission Association; Ye yatandika era ali ku bboodi ya, Global Christian Network (GCN); Mutandisi era ye Ssentebe wa Bboodi ya, World Christian Doctors Network (WCDN); era ye yatandika era ye sentebe wa Bboodi ya, Manmin International Seminary (MIS).

Ebitabo ebirala Eby'amaanyi eby'omuwandiisi y'omu

Eggulu I & II

Ekifaananyi ekiraga ekifo ekirungi ennyo abatuuze b'omu ggulu mwe babeera n'ennyinyonyola ennungi ey'emitendera egy'enjawulo egy'obwakabaka obw'omu ggulu.

Obubaka Bw'Omusalaba

Obubaka obw'amaanyi obw'okuzuukusa abantu bonna ab'ebase mu mwoyo! Mu kitabo kino ojja kusangamu ensonga lwaki Yesu ye Mulokozi yekka n'okwagala okutuufu okwa Katonda.

Ggeyeena

Obubaka obw'amazima eri abantu bonna okuva eri Katonda, oyo atayagala wadde omwoyo ogumu okugwa mu bunnya bwa ggeyeena! Mujja kuzuula ebyo ebitayogerwangako ku bukambwa ate nga bwa ddala obuli mu magombe aga wansi aga geyeena.

Ekigera Okukkiriza

Kifo kya kika ki eky'okubeeramu, engule n'empeera ebikutegekeddwa mu ggulu? Ekitabo kino kikuwa amagezi n'okukulung'amya okusobola okupima okukkiriza kwo osobole okuluubirira okukkiriza okusingayo obukulu.

Zuukusa Isiraeri

Lwaki Katonda amaaso ge agakuumidde ku Isiraeri okuva olubereberye lw'ensi eno okutuuka leero? Alina nteekateeka ki gyategekedde Isiraeri mu nnaku ez'oluvannyuma, ezirindirwamu Omununuzi?

Obulamu Bwange, Okukkiriza Kwange I & II

Evvumbe ery'omwoyo erisingayo obulungi erigiddwa mu bulamu obwameruka n'okwagala kwa Katonda okutatuukika, wakati mu mayengo g'ekizikiza, n'enjegere ezinyogoga saako obulumi obutagambika.

Amaanyi ga Katonda

Kye kitabo ky'olina okusoma nga kikola ng'ekirung'amya eky'omugaso omuntu mwayinza okuyita okufuna okukkiriza okwa ddala n'okulaba amaanyi ga Katonda.

www.urimbooks.com

www.ingramcontent.com/pod-product-compliance
Lightning Source LLC
LaVergne TN
LVHW041924070526
838199LV00051BA/2714